இருளர்களின் வாழ்வும் வரலாற்றுப் பூர்வீகமும்

இலயோலா சமூக அறிவியல் பயிற்சி மற்றும்
ஆய்வு மையம், (லிஸ்டர்)
சென்னை- 600 034.

நியூ செஞ்சுரி புக் ஹவுஸ் (பி) லிட்.,
41-பி, சிட்கோ இண்டஸ்டிரியல் எஸ்டேட்,
அம்பத்தூர், சென்னை- 600 050.
☎: 044 - 26251968, 26258410, 48601884

Language: Tamil
Erulargalin Vazhvum Varalaatru Poorvigamum

Loyola Institute of Social Science
Training and Research (Lisstar)
First Edition: December, 2017
Second Edition: September, 2019
Copyright: Publisher
No. of pages: vi+ 96=102
Publisher:
New Century Book House Pvt. Ltd.,
41-B, SIDCO Industrial Estate,
Ambattur, Chennai - 600 050.
Tamilnadu State, India.
email : info@ncbh.in
Online:www.ncbhpublisher.in

ISBN: 978 - 81 - 2343 - 549 - 7
Code No. A 3800
₹ 85.00

Branches
Ambattur (H.O.) 044 - 26359906, **Spenzer Plaza (Chennai)** 044-28490027
Trichy 0431-2700885 **Pudukkottai** 04322- 227773 **Tanjore** 04362-231371
Tirunelveli 0462- 2323990, 4210990, **Madurai** 0452 2344106, 4374106
Dindigul 0451-2432172 **Coimbatore** 0422-2380554 **Erode** 0424-2256667
Salem 0427-2450817 **Hosur** 04344-245726 **Krishnagiri** 0434-3234387
Ooty 0423 2441743 **Vellore** 0416-2234495 **Villupuram** 04146-227800
Pondicherry 0413-2280101 **Thiruvannamalai** 04175-223449

இருளர்களின் வாழ்வும் வரலாற்றுப் பூர்வீகமும்
இலயோலா சமூக அறிவியல் பயிற்சி மற்றும் ஆய்வு மையம்.
முதல் பதிப்பு: டிசம்பர், 2017
இரண்டாம் பதிப்பு: செப்டம்பர், 2019

அச்சிட்டோர்: **பாவை பிரிண்டர்ஸ் (பி) லிட்.,**
16 (142), ஜானி ஜான் கான் சாலை, இராயப்பேட்டை, சென்னை - 14
☎: 044-28482441

All rights reserved. No part of this book may be reprinted or reproduced or utilised in any form or by any electronic, mechanical, or other means, now known or hereafter invented, including photocopying and recording, or in any information storage or retrieval system, without permission in writing from the publishers.

அணிந்துரை

இலயோலா கல்லூரி சமூக அறிவியல் பயிற்சி மற்றும் ஆய்வு மையம்; (LISSTAR) பல்வேறு சமூகம் தொடர்பான சமூக ஆய்வுகளை மேற்கொண்டு வருகின்றது. இதில் ஒன்றுதான் 'இருளர் மக்களின் சமூக, பொருளாதார, வாழ்வியல்' பற்றிய ஆய்வு. இது சமவெளிப் பகுதியில் வாழும் இருளர் மக்களைப் பற்றிய ஆய்வு ஆகும். இருளர்கள் உரிமைகள் மறுக்கப்பட்ட தொல்குடிகளாக உள்ளனர். நமது சமூகம் பல்வேறு மாற்றங்களை நாளுக்கு நாள் உருமாற்றம் பெற்றுக்கொண்டு வருகின்றது. ஒருபுறம் அனைத்து வசதிவாய்ப்பு களையும் பெற்று நவீனமுறையில் மக்கள் வாழ்க்கையை அனுபவித்துக் கொண்டு வருகின்றனர். மறுபுறம் வளர்ச்சி என்றாலே என்ன? என்று தெரியாத மக்களும் இவ்வுலகில் வாழ்ந்து வருகின்றனர். அந்தவகையில் உள்ளவர்கள்தான் நமது பூர்வீக தொல்குடிகளான இருளர் மக்கள்.

இருளர் மக்களின் முன்னேற்றத்திற்காக தமிழக இயேசு சபை சிலபணித் திட்டங்களை வகுத்து செயல்படுத்திக் கொண்டு வருகின்றது. அதில் ஓர் அங்கமாக இருளர் ஆய்வு முக்கிய பங்கு வகிக்கின்றது. எங்களின் தொடர் ஆய்வின் போது இருளர் மக்களின் வாழ்வியல் பற்றிய ஒருநாள் கருத்தரங்கம் இலயோலா கல்லூரியில் 1.3.2014 அன்று நடத்தினோம். இதில் பேரா. பக்தவத்சலபாரதி அவர்கள் வழங்கிய 'இருளர் இனவரைவியல்' உரை பல்வேறு தகவல்களையும், இருளர் பற்றிய புதிய பார்வையையும் கொடுத்தது. கருத்தரங்கில் பல்வேறு தளங்களிலிருந்து பல்வேறு ஆளுமைகள் கலந்து கொண்டனர். குறிப்பாக, தமிழக இயேசு சபையைச் சார்ந்தவர்கள்; தொண்டு நிறுவனங்களை சார்ந்தவர்கள், சமூக செயல்பாட்டாளர்கள், மற்றும் பெருவாரியான இருளர் மக்கள் கலந்துகொண்டனர். இதன் தொடர்ச்சியாக இக்கருத்தரங்கில் பகிர்ந்துகொண்ட அனுபவங்கள் தொகுத்து சிறிய தொகுப்புக் கையேடாக தயார் செய்ய திட்டமிடப்பட்டது.

இதற்காக இலயோலா கல்லூரி சமூக அறிவியல் பயிற்சி மற்றும் ஆய்வுமையம் (LISSTAR) களஆய்வாளர் திரு. லூர்துசாமி ஆறு மாத

கள ஆய்வு மேற்கொண்டார். இருளர்கள் வாழ்வை அவர்களின் மொழியிலே ஒலிப்பேழையில் பதிவு செய்து, எடுத்து எழுதி ஆவணப் படுத்தப்பட்டது. அவர் இருளர் மக்களோடு பலநாட்கள் தங்கி, அவர்களின் வாழ்நிலைகளை அறிய முற்பட்டார். இதன் மூலம் பல்வேறு தகவல்கள் அறியப்பட்டன. இவ்ஆய்விற்கு பல்வேறு நபர்கள் எங்களுக்கு உதவிபுரிந்தனர். குறிப்பாக இருளர் மக்களுக்காகப் பணிசெய்யும் பேரா. கல்யாணி, தந்தை செராக் மையத்தின் ஒருங்கிணைப்பாளர் திரு. ஆல்பர்ட் அவர்கள் சேகரித்து வைத்திருந்த தகவல்களும் எங்கள் ஆய்விற்கு பலம் சேர்த்தன. இரண்டாம் நிலை சான்றுகளாக, ஏற்கனவே எழுதப்பட்டு உள்ள இருளர் மக்கள் நிலை பற்றிய பல்வேறு புத்தகங்கள்; கட்டுரைகள்; மற்றவர்கள் பகிர்ந்து கொண்ட அனுபவப் பகிர்வில் தொகுத்த தகவல்கள் அனைத்தும் ஆவணமாகத் தொகுக்கப்பட்டு, இதை புத்தகவடிவில் கொண்டு வர முடிவு செய்தோம்.

'இருளர்களின் வாழ்வும் வரலாற்றுப் பூர்வீகமும்' என்ற தலைப்பில் புத்தகம் எழுத முடிவு செய்யப்பட்டது. இதில் பல்வேறு குருந்தலைப்புகளில் தகவல்கள் தொகுக்கப்பட்டுள்ளன. குறிப்பாக இருளர் மக்களின் வகைகள், பொது இயல்புகள், பெயர்க்காரணம் வாழ்விடம், பெயர் விளக்கம், வாழ்க்கைக் கூறுகள், வழக்காற்றியல் போன்ற தலைப்புகளில் கருத்துகள் தரப்பட்டுள்ளன. இருளர் மக்களைப் பற்றிய போதுமான தகவல்கள் நம்மிடம் இல்லை. அதுவும் சமவெளி இருளர்கள் பற்றிய தரவுகள் அதிகம் இல்லை. எங்கள் ஆய்வு மூலம் தகவல் கதவுகளை திறக்கவேண்டும் என்பதுதான் எமது நோக்கம்; வருங்காலத்தில் இருளர்களின் நிலையைப் பற்றி ஆய்வு மேற்கொள்வோருக்கு இந்நூல் ஒரு படிக் கல்லாக இருக்கும் என்று நம்புகிறோம். இதனை புத்தகவடிவில் வெளியீடு செய்யும் நியூ செஞ்சுரி பதிப்பகத்தாருக்கும், இந்த ஆய்விற்கு உதவிசெய்த அனைத்து நெஞ்சங்களுக்கும் எமது நன்றிகளை தெரிவித்துக் கொள்கிறேன்.

இப்படிக்கு

பிரான்சிஸ் ஜெயபதி சே.ச.
இயக்குநர்
இலயோலா சமூக அறிவியல் பயிற்சி மற்றும் ஆய்வு மையம் (LISSTAR)
இலயோலா கல்லூரி சென்னை-34

பொருளடக்கம்

1. இருளர்களின் வாழ்வும் வரலாற்றுப் பூர்வீகமும் — 1
2. இருளர்களின் பிரிவுகள், மக்கள் தொகை, மொழி — 24
3. பண்பாடு, கலை, சமய வாழ்வு, வழிபாட்டு முறை — 33
4. சமூகப் பொருளாதாரக் கல்வி வாழ்வியல் கூறுகள் — 51
5. தொழில், அரசியல் ரீதியான வாழ்வியல் கூறுகள் — 63
6. இருளர்களின் பழக்க வழக்கங்கள் — 67
7. இருளர் மக்கள் எதிர்கொள்ளும் பிரச்சினைகள் — 84
8. இருளர்கள் சமுதாய மாற்றங்கள் — 91

துணை நின்ற நூல்கள் (Bibliography) — 94

பகுதி - 1

இருளர்களின் வாழ்வும் வரலாற்றுப் பூர்வீகமும்

1.1 அறிமுகம்

இருளர்கள் தமிழகம் மற்றும் இந்தியாவில் வாழும் பழங்குடி மக்களாவர். இவர்கள் பூர்வீக குடிகளாகக் கருதப்படுகின்றனர். இருள் என்ற சொல்லிலிருந்து இருளர்கள் வந்ததாகக் கருதப்படுகின்றன. அது கருப்பு என்ற பொருளைத் தருகின்றது. இருண்ட காடுகளில் வாழ்ந்ததால் இவ்வாறு கூறப்படுகின்றது. ‘இருள்’ எனும் சொல் அவர்கள் நிறம், தோல் போன்றவை கருப்பாக இருப்பதால் இருளர்கள் என்று அழைக்கப்டுகின்றனர். இருளக் கிழங்கைத் தோண்டி சாப்பிட்டதால் இருளர்கள் என்றும் அழைக்கப்படுகின்றனர். மானுடவியலாளர் மஜூம்தர் (Mazhumdar) கூற்றுப்படி பழங்குடி மக்களின் கிராமங்கள் தான் பழமையானவை. இது பதி என்று அழைக்கப்படுகின்றது. இருளர் என்ற இனம் ஐவகை நிலங்களில் முல்லை நிலமான, காடும் காடுசார்ந்த இடம் அவர்களின் வாழிடமாகும். இங்கு வாழ்ந்த ஆதி தமிழ் குடும்பங்களால் தான் இந்த இருளர் இனம் கண்டறியப்பட்டுள்ளது. இருளர்கள் இன்று தமிழ்நாட்டில் தஞ்சை, விழுப்புரம், காஞ்சிபுரம், கோவை, நீலகிரி திருவண்ணாமலை, கடலூர், தஞ்சாவூர், திருவள்ளூர் போன்ற மாவட்டங்களில் வாழ்ந்து வருகின்றனர். இவர்கள் பட்டியல் இனத்தவர் (Scheduled Tribe) வகைக்குள் வருகின்றனர். இருளர்களுக் கென்று தனி கலாச்சாரம், பழக்கவழக்கங்கள் போன்றவைகள் உள்ளன. இருளர்கள் தமிழ்நாட்டில் மூன்றுவகையான இடங்களில் வாழ்ந்து வருகின்றனர்.

1. மலையும் மலை சார்ந்த இடங்களில் வாழ்தல்
2. நிலமும் நிலம் சார்ந்த சமவெளிப் பகுதிகளில் வாழ்தல்
3. மலையும் நிலமும் சார்ந்த பகுதிகளில் வாழ்தல்

என மூன்று வகையாக இருளர்கள் வாழ்கின்ற பகுதி வகைப் படுத்தப்படுகின்றன.

1.2 இரு வகையான இருளர்கள்.

1. மலைவாழ் இருளர்: நீலகிரி

2. சமவெளி இருளர்: வட தமிழகம்

என இருவகை இருளர்கள் உள்ளனர்.

இருளர்களைப் பொறுத்தவரை "காடுகள் இதயம் போன்றது மலைகள் உடல் போன்றது" இருளர்கள் விலங்குகளையும் இயற்கையையும் அதிகம் நேசிக்கின்றனர். இருளர்கள் நசிரிடோ (Nacirito) என்ற பழங்குடி இனத்திலிருந்து வந்ததாகக் கூறப்படுகின்றது இவர்கள் இன்றும் ஆப்பிரிக்காவில் வாழ்ந்து வருகின்றனர்.

நெக்ரிடோ (Necrito) இனத்தின் இதன் வழித்தோன்றல்கள் தான் பல இனமாகப் பிரிந்து சென்று இருக்கின்றன. இது ஆப்பிரிக்காவி லிருந்து இந்தியா வந்து குடியேறிய இனமாக ஆராய்ச்சியாளர்களால் கருதப்படுகின்றது. அந்தமான் தீவில் வாழ்பவர்கள் பழைய மொழியைக் கட்டிக் காத்து, இன மரபைத் தக்க வைத்துள்ளனர். மற்ற எல்லோரும் இருளர்கள் போன்று அந்த அந்தப் பகுதிகளின் மொழியையே பேசுகின்றனர். 1880-ஆம் ஆண்டு பிரான்சிஸ் புக்கான் (Francis Bukkan) என்பவர்தான் இருள மக்களைச் சந்தித்து ஆய்வு மேற்கொண்டார்.

1.3 இருளர் இன வரலாறு

இருளைப் பற்றி பல்வேறு கருத்தியல்கள் இருக்கின்றன. இருள் என்ற மரத்தின் வழியாக வந்ததாக நம்பபப்படுகின்றது. உலகின் பல்லேறு குழுக்களிடம் நம்பிக்கை இருப்பது போன்று இவர்களுக்கும் நம்பிக்கை இருக்கின்றது.

பழங்காலத்தில் நாகரிகம் அற்று உணவு, உடை, இருப்பிடம் ஆகியவை எப்படி வேண்டுமானாலும் அமைத்துக் கொண்டனர். உதாரணமாக இலைகளால் ஆன உடைகளை அணிந்து இருந்தனர். உணவுகள், கிழங்கு, ஈசல், எலி போன்றவற்றை உட்கொண்டனர். இவர்கள் வசிக்கும் இடம் காடுகள் எனவே அவற்றில் தங்கள் 'குழந்தைகள்' தங்குவதற்கு குழிகள் தோண்டி, அதன் அருகில் நெருப்பு மூட்டி, பிறகு அந்த குழிக்குள் குழந்தைகளைத் தூங்க வைத்தார்கள். அப்பொழுது வேட்டையாடுதல் மற்றும் வழிப்பறித் தொழில் செய்து வந்தனர் என குணசேகரன் குறிப்பிடுகின்றார்.

இருளர்களின் எளிய குடிசை

1. 4 இருளின் இன அடையாளக் கூறுகள்

இருளர்கள் நல்ல நிறமும் குறுகிய மார்பும் மெலிந்த உடலும் பிடிப்பற்ற தசைகளும் உடையவர்கள் மேலும் நன்கு சுருண்ட தலைமுடியும் உடையவர்கள். இவர்கள் எப்போதும் தலையை மழிப்பதில்லை. இருளப் பெண்களும் ஆண்களும் வெற்றிலைப்பாக்கு புகையிலை போடும் பழக்கம் உடையவர்கள். பொதுவாக உடல் வளர்ச்சியடையாமல் குள்ளமாகவும், கண்கள் குழி விழுந்தும், கன்னம் ஒட்டியும், மார்பு எலும்புகள் தூக்கிக் கொண்டு இருக்கும். சில ஆண்களைத் தவிர அனைவரும் குள்ளமாகவே இருப்பர். பெண்களும் ஆண்களும் விரும்பி பச்சைக் குத்திக் கொள்வர்.

இருளர்கள் என்ற பெயர் இவர்களுக்குத் தொடக்கத்தில் இல்லை. புதிய இடங்களில் வாழ்ந்திடாமல் இருண்ட காட்டுக்குள் சென்று வாழ முற்பட்டதால் இந்த இனம் இருளர்கள் என்று அழைக்கப்படுகின்றனர். இருளர்கள் என்ற சொல்லுக்குப் பல விளக்கங்கள் கூறப்படுகின்றன. இருளடர்ந்த காடுகளில் இவர்கள் வாழ்ந்ததால் இருளர் என்கிற பெயர் வந்திருக்கும் என்கிறார்கள்.

வேறுசிலர் இருளுக்கு ஒப்பான கருத்த மேனி நிறம் கொண்டதால் இவர்களுக்கு அந்தப் பெயர் வந்திருக்கும் என்கின்றார்கள்.

இருளர்களின் அடையாளம் இருள மரம் குறிஞ்சி, முல்லை, மருத நிலங்களுக்கு ஆகும். இது இடையேயான வறண்டபகுதி பாலை ஆகும். இங்கு இருள்மரம், முகிழ்மரம், காட்டிருப்பை, உலககைப் பாலை, குருடப்பாலை, ஏழிலைப் பாலை, காட்டரி, வெப்பப்பாலை, கருடப்பாலை, கொடிப்பாலை ஆகியவையாகும். இவை இருளர்களின் அடையாளத்தோடு தொடர்புடையதாகும்.

குறிப்பிட்ட மரபைச் சார்ந்தவர்கள் வாழ்ந்த கிராமங்கள் மற்றும் ஊர்களின் பெயர்களில் இந்த அடையாளங்கள் இருப்பதைக் காணலாம். எ.கா. தாழையூர், மருதங்குடி, மாங்குடி, கீரனூர், புளியங்குடி மற்றும் புலியூர் போன்றவையாகும்.

1.5. இருளரின் உடலியல் தோற்றம்

இருளர்கள் நல்ல கறுத்த நிறமும் குறுகிய மார்பும், மெலிந்த உடலும், பிடிப்பற்ற தசைகளும் உடைய கைகளைக் கொண்டுள்ளனர், ஆண்கள் ஒரே ஒரு வேட்டி அல்லது கோவணத்தை மட்டுமே ஆடையாக உடுத்துவர். தலைமுடியை சிக்குடையதாக நீள வளர்ப்பதோடு சிலர், முன் மயிரை மழித்து மேல் சாதியாரைப் பார்த்துக் குடுமியும் இட்டுக் கொள்கின்றனர். மீசை அடர்த்தியற்றதாகவும் தாடி வெள்ளாட்டுக் கடாவினைப் போன்றும் இருக்கும். ஆண்களில் சிலர் செற்றிப் பகுதியில் நீல நிறத்தில் பொட்டு ஒன்றினைப் பச்சைக்குத்திக் கொண்டிருப்பர் அல்லது நாமம் போன்ற கோட்டினை இட்டிருப்பர்.

1.5.1 பொது இயல்புகள்

இருளர்கள் கருமை நிறமும் நடுத்தர உயரமும் உடையவர்கள். இருளப்பள்ளர் அடி மட்டத்திலுள்ள ஏழைகள் அணியும் ஆடைகளையே அணிகின்றனர். இருளப்பள்ளப் பெண்கள் ஆடை அணியும் முறைகொண்டும், கூந்தலை முடியும் தன்மை கொண்டும் இவர்களை எளிதில் இருளப்பள்ளர் என்று அடையாளம் கண்டு கொள்ள முடிகிறது. இவர்கள் இடுப்பைச் சுற்றிப் புடவையை அணிந்து கொண்டு ஒரு நுனியை மார்பகத்தின் மீது பரவவிட்டு இடது இக்கட்டு அருகில் ஒரு முடி போட்டுக் கொள்கின்றனர். தோள்பட்டைகள் வெறுமனே விடப்படுகின்றன. இந்தப் பெண்கள் கூந்தலை வாரிச் சுருட்டி வலது பக்கத்தில் ஒரு வகையாகச் செருகிக் கொள்கிறார்கள். இவ்வாறு கூந்தல் முடிவதை இவர்கள் மொழியில் 'துரும்பிடுதல்' என்கின்றனர். துரும்பிடுதலாகிய இவ்வழக்கம் இருளப் பள்ளர்களை நீலகிரி இருளர்களினின்றும் புறத்தோற்றத்தில் பிரித்துக்காட்டுகிறது. இருளரும் துரும்பிடுதலை அறிந்துள்ளனர். ஆயினும் இருளர்கள் மிக அரிதாகவே இதனை மேற்கொள்கின்றனர்.

1.6 இருளரின் பெயர்க் காரணம்

இருளர் எனும் பெயர் இருளர்களின் உடல் கருமை நிறமாக இருப்பதாலும், அவர்கள் இருள் நிறைந்த அடர்ந்த காடுகளில் வாழ்வதாலும் இருளர் எனப் பெயர் ஏற்பட்டது என சுந்தராம் ஆய்வில் குறிப்பிடுகின்றார்.

காவல்காரன் எனும் பெயர் நிலம் படைத்த சாதி இந்துக்களின் நிலங்களில் உள்ள பயிர்களை ஆடு மாடுகளிலிருந்தும் பிறரிடமிருந்தும் இரவும் பகலும் காவல் காப்பதால் காவல்காரன் என்ற பெயர் ஏற்பட்டது. காடுகளில் வசித்தாலும் காடுகளை நம்பியே இவர்களின் வாழ்வு நகர்வதாலும் காட்டுக்காரன் என்ற பெயரும் ஏற்பட்டது. பாம்புக்காரன் என்னும் பெயர் பாம்புகளை மிகவும் திறமையாகவும் எளிமையாகவும் பிடிக்கும் திறன் பெற்றதனால் ஏற்பட்டது.

வில்லி அல்லது வில்லியன் என்றும், சொல் வில் என்னும் சொல்லிலிருந்து வந்தவையாகும். இவர்கள் வில்லை வைத்துக் கொண்டு வேட்டையாடுவதால் வேட்டைக்காரன், பூசாரி, வேடர், வேடுவர் போன்ற பெயர்களிலும் அழைக்கப்படுகின்றனர்.

இம்மண்ணின் பூர்வீக குடிகளான இவர்கள் ஓர் இடத்தில் நிலையாகத் தங்கவில்லை. ஆங்கிலேய அரசும் ஆதிக்க சாதியினரும் சட்டத்தின் மூலமும், சாதிய ஒடுக்குமுறை மூலமும் நாடோடி வாழ்க்கைக்குத் தள்ளினர். நிலவுடைமை இல்லாத காரணத்தினால் உணவுப் பொருள்களை விளைவிக்க முடியாமல் போனது, அதனால் சில உணவுப் பொருட்களை மட்டும் திருட ஆரம்பித்தனர். இவர்கள் பெயரோடு பூர்வீகத் தொழிலில் ஒன்றான தேன் எடுத்தலை ஒட்டாகச் சேர்த்து அழைத்துக் கொள்வதால் (தேன் வன்னியர் தேன் படையாச்சி) அவ்வினத்தவர்களால் தாக்குதலுக்கு உள்ளாகியுள்ளனர். பிற சாதியினரைப் போன்று கல்வி, அரசியல், பொருளாதாரம் போன்ற வற்றில் இட ஒதுக்கீடு முறை பின்பற்றப்படுவதால் இதற்கு இனச்சான்றிதழ் தேவைப்படுகின்றது. இது கிடைப்பதற்கு இனத் தழுவுதல் ஒரு தடையாக இருக்கின்றது. உடற்கூறுகள் ஆடை, அணிகலன்கள் ஆகியவை மூலம் இவர்களுக்கென அடையாளத்தை அறிய ஓரளவு துணைபுரியும். தங்கள் இனத்தைப் பாதுகாக்கவும் இனச்சான்றிதழ் பெறவும் கடந்த சில வருடங்களாக கூட்டுக் குடியிருப்புகளை அமைத்து வாழத் தொடங்கியுள்ளனர்.

1.7 இருளர் பற்றி மானுடவியல் கருத்து

மானுடவியல் பற்றி மானுடவியல் அறிஞர் மேக்கன்ஜா பொதுவாக தனிமனிதனைப் பற்றி அறியாமல் மக்களின் தொகுதியை அடிப்படையாகக் கொண்ட நிலை. மானுடவியலை குழுவாகச் சேர்ந்து வாழ்கின்ற மக்களின் வளர்ச்சி நிலை மற்றும் நடத்தை முறைகளை அறிவியல் அடிப்படையில் ஆராயும் துறை.

இந்தியாவிற்குள் நுழைந்த பழைமையான நீக்ரோ இனமாகும். இவ்வினம் ஆப்பிரிக்காவிலிருந்து புறப்பட்டு அரேபியா மற்றும் நெய்தல் நிலப்பகுதிகள் வழியாக இந்தியாவில் குடியேறினர். இந்தியாவைப் பொறுத்தவரை நீக்ரோ இனத்தவர்கள் வேறு இன மக்களால் அழிக்கப்பட்டிருக்க வேண்டும். அல்லது புதிய இனத்தவரோடு நீக்ரோ இனத்தவர் ஒன்றிப் போயிருக்க வேண்டும். தமிழ் கிளை மொழிகளைப் பேசும் சில தென்னிந்திய பழங்குடியின ரிடையே நீக்ரோக்களுக்கே உரிய பதிவுகளைக் காணலாம். இருள் பழங்குடி மக்கள் நீக்ரோக்களின் சாயல் காணப்படுவதால் தக்காணத் திலும் தென்னிந்தியாவிலும் நீக்ரோ இனம் தேங்கிப் படிந்திருப்பதைத் தெளிவாக அறிய முடிகிறது.

மானுடவியலாளர் பேராசிரியர் மஜூம்தர் கூற்றானது (Mazhumdar) கூற்றுப்படி பழங்குடி மக்களின் கிராமங்கள்தான் பழமையானவை. இது பதி என்று அழைக்கப்படுகின்றது. நம்முடைய இலக்கியங்களில் கூட இதற்கான ஆதாரம் உள்ளது. இருளர் என்ற இனம் ஐவகை நிலங்களில் முல்லை நிலமான, காடும் காடு சார்ந்த இடம் அவர்களின் வாழிடமாகும். இங்கு வாழ்ந்த ஆதி தமிழ் குடும்பங்கள்தான் இந்த இருளர் இனம் எனக் கண்டறியப்பட்டுள்ளது. “இந்தியா முழுவதும் பரந்து விளங்கிய தொல் ஆஸ்திரேலியாவோட மனித இனத்தின் பிரதியாக இருளர்கள் விளங்குகின்றனர்.

ஆங்கிலேயர் இந்தியாவில் பல ஆய்வுகளை மேற்கொண்டனர். குறிப்பாக இருளர்களைப் பற்றி ஆய்வு செய்யும் போது கையாண்ட அணுகுமுறையானது Pre-literature Society என்ற காலனி ஆதிக்க சொல்லை பயன்படுத்தினர். அதன் பின்பு 1985 ஆண்டுகளில்தான் இந்தியாவின் மானுடவியல் என்ற அமைப்பு கணக்கெடுப்பின்படி (Anthropological Survey of India) ஒரே மாதிரியாக ஆய்வு செய்யப் பட்டது. இந்த ஆய்வின் பெயர் ‘இந்தியாவின் மக்கள்’ (People of India). இதன் வழியாக பல்வேறு நலத்திட்டங்கள் தீட்டப்பட்டன. ஒவ்வொரு பழங்குடியினரின் கலாச்சார தனித்துவத்தையும் எழுத்தறி வின்மை, வாழ்க்கை முறைகளை ஆராய்ந்து அரசிற்கு பரிந்துரை

செய்தனர். இருளர் பழங்குடி இன மக்களை பல வகைகளில் அட்டவணைப்படுத்தப்பட்டுள்ளனர். இதில் பலவகையான பழங்குடிகளைப் பற்றி வரையறை செய்தனர்.

அவைகளாவன

- Pre-literate Society - எழுத்து வடிவமே இல்லாத சமூகம்
- Aboriginal Society - பழங்குடியினர் சமூகம் (மூதாதையர்)
- Primitive Tribe - பழமையான சமூகம்
- Plains Tribe - சமவெளியில் வாழும் பழங்குடியினர்
- Nomadic Tribe - நாடோடி பழங்குடியினர்
- Semi – Nomadic Tribe - அரை நாடோடி பழங்குடியினர்
- Criminal Tribe - குற்றப் பரம்பரை பழங்குடியினர்
- Ex- Criminal Tribe - முன்னால் குற்ற பரம்பரை பழங்குடியினர்
- De-notified Tribe - சீர் மரபினர் பழங்குடியினர்
- Backward Tribe - பின் தங்கிய பழங்குடிகள்
- Scheduled Tribe - அட்டவணைப்படுத்தப்பட்ட பழங்குடிகள்
- Autochthonous - பூர்வீக குடிகள்

(ஆதாரம் பக்தவத்சல பாரதி உரை இலயோலா கல்லூரி. கருத்தரங்கம் மார்ச் 2014)

1. எழுத்து வடிவமே இல்லாத பழங்குடிகள் (Pre-literate Society)

எழுத்து வடிவமே இல்லாத காலத்தில் வாழ்ந்தவர்கள். இது காலனி ஆட்சியாளர்கள் பயன்படுத்திய சொல்லாடல் ஆகும். இவர்கள் ஆதி சமூகமாகக் கருதப்படுகின்றது.

2. பழங்குடியினர் சமூகம் (மூதாதையர்) (Aboriginal Society)

இது முக்கியமான சமூகம் ஆகும். இவர்களை தமிழகத்தில் கூட பார்க்க முடியும். ஆனை மலையில் உள்ள காடர்கள் இதற்கு ஒரு சிறந்த எடுத்துக்காட்டாகும். கேரளத்தில் இவர்களைச் சோலை நாயக்கர் என்று பேச்சு வழக்கில் அழைக்கின்றனர். இவர்கள் குகைகளில் தான் வாழ்வார்கள்.

3. பழமையான சமூக பழங்குடிகள் (Primitive Tribe)

இது பொதுவான வழக்கமாகும். தமிழகத்தில் உள்ள 37 பழங்குடிகளில் 10 பேர் இந்த வகையைச் சார்ந்தவர்கள். இவர்கள் மண்ணின் மைந்தர்களாகக் கருதப்படுகின்றனர்.

4. சமவெளிப் பகுதி பழங்குடிகள் (Plains Tribe)

இவர்கள் சமவெளிப் பகுதிகளில் வாழ்பவர்கள். இவர்கள் பல ஆண்டிற்கு முன்புதான் குடியேறி இருக்கின்றனர். இவர்கள் விவசாயத் தொழிலை அடிப்படையாகக் கொண்டு வாழ்பவர்கள். இவர்கள் மற்ற சமூகங்களோடு இணைந்து வாழும் நிலையைக் கொண்டவர்கள்.

5. நாடோடி பழங்குடியினர் (Nomadic Tribe)

இவர்கள் கால மாற்றத்திற்கு ஏற்ப தங்களை இடம் பெயர்ந்து வாழ்பவர்கள். பொதுவாக இவர்கள் ஒரே இடத்தில் தங்க மாட் டார்கள். தற்போது தான் தங்க முற்படுகின்றனர். எடுத்துக்காட்டாக நறிக்கொறவர் சமூகம் அவர்களுக்கென்று நிரந்தரமான வாழ்விடம் கிடையாது.

6. அரை நாடோடி பழங்குடியினர் (Semi – Nomadic Tribe)

இவர்களும் நாடோடி வகையைச் சார்ந்தவர்கள். வருடத்தில் பாதி நாட்கள் நிலையான இடத்தில் இருப்பார்கள். பாதி நாள் நாடோடி வாழ்வைத்தான் வாழ்கின்றார்கள்.

7. குற்றப் பரம்பரை பழங்குடியினர் (Criminal Tribe)

குற்றப் பரம்பரை நாடோடி பழங்குடி என்பவர்கள் காலனி ஆட்சி காலத்தில் ஏற்பட்ட மிகப் பெரிய வகையினம் ஆகும். ஆங்கிலேயர்கள் இவர்களை தவறாகப் பயன்படுத்தினர். காலனி ஆதிக்கத்தினர் வருவதற்கு முன்பு இங்கு சுயாதினமாக வாழ்ந்த பல்வேறு குடிகள் காலனி ஆட்சியாருக்கு ஆபத்தாக இருந்தால் (Criminal Tribe) குற்றப் பரம்பரை ஆக மாற்றப்பட்டனர். ஊர் காவல் படைக்குப் பேராத்தாக இருந்ததால் குற்றப் பரம்பரையாக மாற்றப்பட்டனர். வெடிபொருள் களை இவர்கள் பயன்படுத்தினர்.

8. சீர் மரபினர் பழங்குடியினர் (De-notified Tribe)

குறவர்களை கண்காணிப்பதற்குரிய பழங்குடிகளாக இவர்கள் மாற்றப்பட்டனர். அந்த வகையில்தான் கல்லர் எதிர்ப்பு இயக்கம் உருவாகியது. சீர்மரபினர் அரசு உதவி பெறும் கூலிகளாகவே இருந்தனர்.

9. பின் தங்கிய பழங்குடிகள் (Backward Tribe)

இது அரசு உதவி பெறக்கூடிய பதமாகக் கருதப்படுகின்றது. இவர்களை ஆங்கிலேயர்கள் தங்களுக்கு சேவகம் செய்யும் வகையினராக மாற்றப்பட்டனர். இந்த சமூகம் இட ஒதுக்கீடு பெற்று வளர்ச்சி அடைய இது ஒரு காரணமாக இருந்தது.

10. அட்டவணைப்படுத்தப்பட்ட பழங்குடிகள் (Scheduled Tribe)

இச்சமூகம் மிகவும் பின் தங்கிய நிலையிலே உள்ளது. இன்றும் இவர்கள் மீது பல்வேறு கொடுமைகள் இழைக்கப்படுகின்றது. அட்டவணைப் படுத்தப்பட்ட தளத்தில் அரசு பல்வேறு சலுகைகள் வழங்குகின்றது.

11. பூர்வீக குடிகள் (Autochthonous)

இவர்கள் பூர்வீக குடிகள்; பல பூர்வீக இனக் குழுக்கள் இந்த சமூகத்தில் அடங்கும். இவர்கள் மூலமாகத்தான் தமிழ்ச் சமூகத்தைப் புரிந்து கொள்ள முடியும். இவர்கள் இயற்கையோடு இணைந்து வாழும் தகவமைப்பைக் கொண்டுள்ளனர். இவர்கள்தான் நம்முடைய மூதாதையர் ஆவர்.

1.8 வரலாற்றுப் பெயர்க் காரணம்

ஒரு சமுதாயத்திற்கு மிகவும் பயன்படக் கூடியது வரலாற்றுப் பெயர்க் காரணமாகும். அந்த வகையில் இருளர் இன பெயர்க் காரணம் சங்க காலம் தொடங்கி இன்றைய தமிழ்ச் சமூகத்தில் பல்வேறு குழுக்களாகப் பிரிந்து ஒரு நீண்ட நெடிய நிலையாகப் பிரிந்து பல்வேறு பெயர்களை வைத்துள்ளனர். இருளர் என்பது "இருளியாறு" என்று வில்லியம் நோபில் அவர்கள் அடையாளம் காட்டியுள்ளார். மக்கள் அவர்களை அன்புடன் அழைப்பது வில்லி, வில்லியர், வேட்டைக்காரன், வேடுவன், வேடர், பாம்புகாரன், காட்டுக்காரன் இன்னும் கீழாய் பொது மக்கள் அழைப்பது இருளப்பசங்க, காட்டுப்பசங்க என்பது ஆகும்.

அவர்களுக்கு இருக்கும் இனப்பெயர்களை வைத்தே மக்கள் அவர்களை மதீப்பீடு செய்கின்றனர். மனித குலத்தில் ஏற்பட்ட முக்கியமான கட்டங்கள் எல்லாம் இவர்களிடம் இருந்துதான் இன்றும் தொடர்ந்து வருவதைப் பார்க்கின்றோம். ஒரு வகையினர் இன்று இடத்தில் நிலையாகத் தங்கி வாழ வேண்டும் என்ற தகவமைப்பு களைக் கொண்டுள்ளனர். அதுவரை சென்று பொருள்களை சேகரித்த பெண்கள் இவர்கள் நிரந்தர வாழ்வாதாரத்தை வீட்டிற்குக் கொடுத்தனர்.

ஆண்கள் வேட்டைக்குச் செல்வதும் பெண்கள் உணவினை சேகரித்து குடும்பத்தை நிர்வகித்ததை நாம் பார்க்கின்றோம்.

இருளர்கள் தமிழ்நாட்டில் வாழும் மாவட்டங்களான தஞ்சை, விழுப்புரம், காஞ்சிபுரம், கோவை, நீலகிரி ஊட்டி, திருவண்ணா மலை, கடலூர், தஞ்சாவூர், திருவள்ளூர், சென்னை போன்ற இடங்களில் பரவலாக உள்ளனர். இருளர்கள் மேற்குத் தொடர்ச்சி மலையிலும் வாழ்கின்றார்கள் கிழக்கு மலைத் தொடர்ச்சியிலும் வாழ்கின்றனர்.

நீலகிரி போன்ற இடங்களில் வசிக்கும் இருளர்கள் தோட்டத் தொழிலாளர்களாக மாற்றப்பட்டனர். தோட்டத் தொழில் செய்யும் இருளர்கள் பெருவாரியாக பாதிக்கப்பட்டுள்ளனர். ஆதி தமிழர்கள் குறிஞ்சி, முல்லை, மருதம், நெய்தல், பாலை ஆகிய நிலங்களில் தங்கள் வாழ்க்கையை மேற்கொண்டனர்.

இந்த ஐவகை நிலங்களில் ஒன்றான காடும் காடு சார்ந்த குறிஞ்சி பகுதிகளில் வாழ்ந்த ஆதி தமிழ்க் குடும்பங்கள் தான் இருளர் இனம் எனக் கண்டறியப்பட்டுள்ளது. பல்வேறு இயற்கை மாற்றங்களாலும் வாழ்தல் வேண்டியும் தென்னிந்திய மாநிலங்களில் உள்ள காடுகளில் பரவலாக வாழ்ந்து வந்தனர். பின்பு காட்டை விட்டு, மருத நில மக்கள் வாழும் நிலப்பகுதியில் வந்து வாழ்ந்து வருகின்றனர். குறிப்பாக வட தமிழகத்தின் பல மாவட்டங்களில் வாழும் இருளர்களிடம் குழு உணர்வும் சமூக இணைப்பும் அதிகமாகவே உள்ளது.

இருளர்கள் எந்த நிலையிலும் தங்கள் மரபைக் கைவிடாத தீவிர பற்றுக் கொண்டவர்களாகத் திகழ்கின்றனர். மேலை நாட்டு அறிஞர் ரோமுலஸ் விக்டேகர் (Romulas Victacar) அமெரிக்க மானுடவியல் அறிஞர் ஆவார். இவர் பழங்குடி மக்களைப் பற்றி பல்வேறு ஆய்வுகளை மேற்கொண்டார். குறிப்பாக இருள மக்களைப் பற்றி ஆய்வினை செய்தார். பாம்புகளைப் பற்றி ஆய்வு செய்தார். இதற்காக இருளர் மக்களோடு தங்கி, இருளர் பாம்பு பிடிக்கும் உரிமையைப் பெற்றுக் கொடுத்தார். மேலும் எந்த பொந்தில் எந்த பாம்பு இருக்கின்றது என்பதை இருள மக்களுக்குத்தான் தெரியும் என பொறுமையாகத் கூறுவார்.

காடுகளிலும் மலைகளிலும் சமவெளிப் பகுதிகளிலும் சுதந்திரமாக வாழ்ந்த மக்கள் வனப் பாதுகாப்புச் சட்டம் 1976-இல் கொண்டு வந்தப் பிறகு மிகவும் பாதிக்கப்பட்டுள்ளனர். இருளர்களுடைய பாரம்பரிய இருப்பிடம் அவர்களிடம் இருந்து பிடுங்கப்பட்டது. வனத்திலிருந்து

அன்னியப்படுத்தப்பட்டுள்ளனர். மீறி அங்கு தங்கினால் சட்ட விரோதமாகக் கருதப்படுகிறது. சிறிதும் அறிமுகம் இல்லாத இடத்திற்குச் சென்று குடியேறும் நிலைக்கு உட்படுத்தப்பட்டுள்ளனர். இது அவர்களின் வாழ்வினை மீண்டும் கட்டி எழுப்பும் நிலைக்கு நிர்பந்திக்கப்பட்டுள்ளனர். முன்பு தற்போதைய நிலைபோல் கிராமப்புரத்திலும் வாழ்ந்தார்கள், குக்கிராமங்களிலும் வாழ்ந்தனர். ஆங்கிலேயர் வரவிற்குப் பின்னால் விவசாய கூலிகளாக மாற்றப்பட்டு விவசாயத்திற்கு மாறி, பின்பு குடியேற்றங்களுக்கு மாறினர். இதன் காலம் *1880* ஆகும். இத்தொழில் இருளர்களுக்கு பெரும் கஷ்டமாக இருந்தது. அப்போது சிறிய பனை ஓலையிலான வீடுகளைக் கட்ட முற்பட்டனர். கசப இருளர் வன விலங்குகளோடு வாழ்பவர்கள். கூட்டு குடும்பங்களில் வாழ்ந்தவர்கள் பின்பு தனிக்குடும்பங்களில் வாழ முற்பட்டனர். வீடுகள் அனைத்தும் பாரம்பரிய முறையிலே பல வீடுகள் அமைந்துள்ளன. தற்போது பல மாற்றங்கள் ஏற்பட்டுள்ளது.

1.8 இருளர்கள் வாழ்விடம்

ஒரு குறிப்பிட்ட இடத்தில் தங்கி வாழாமல் இவர்கள் தங்களின் குடியிருப்பை அடிக்கடி மாற்றிய வண்ணம் இருப்பர். சிலர் பனையோலை வேயப்பட்ட தாழ்ந்த குடிசைகளில் வாழ்கின்றனர். மற்றவர்கள் மரத்தடியையோ, பாழடைந்த கட்டிடங்களையோ, வீடுகளின் தெருத் திண்ணைகளையோ தங்கள் வாழ்விடமாகக் கொண்டுள்ளனர். இருளர்கள் வாழும் இடமானது ஊருக்கு ஒதுக்குப் புறமாக உள்ளது. கிணற்று கரை ஓரமாகவும் உள்ளனர். சிலர் விவசாய நிலங்கள் உள்ள பகுதியில் குடிசை போட்டு வாழ்கின்றனர் அவர்களுக்கு வீட்டு மனைப்பட்டா கிடையாது காரணம் அவர்கள் வேறோர் இடத்திலிருந்து இங்கு குடியேறியதாகச் சொல்லப்படுகின்றது.

பெருவாரியான மக்கள் குளத்து கரை ஓரமாகத்தான் வாழ்கின்றார்கள். வீட்டுமனை பட்டா கிடைப்பதில் பெரும் சிரமம் ஏற்படுகின்றது. இவர்களுக்கு இருளர்கள் வாழும் இருப்பிடங்களில் குடிதண்ணீருக்கு மிகவும் சிரமப்படுகின்றனர். அவர்களின் வீடு தென்னைமர ஓலையினால் பின்னப்பட்ட கூரை வீடாகவே உள்ளது அல்லது மேல்கூரை தகரம் பொருந்திய வீடாகவும் சில வீடுகளைக் காணமுடிகின்றன. மண் சுவரிலான சுவரையே பயன்படுத்துகின்றனர். பெரும்பாலான வீடுகளில் மின்சார இணைப்பு இல்லை. அரசு வழங்கும் இலவச மின்சாரம் கூட இல்லை.

குடி தண்ணீருக்காக பல கிலோ மீட்டர் சென்று தண்ணீர் எடுக்க வேண்டிய சூழ்நிலை உள்ளது. இருளர்களின் வீடுகள் குடியிருப்புக் கான கூறுகளே இல்லை. முன்பு அரசு கட்டிக்கொடுத்த வீடுகளை பயன்படுத்தாமல் போனதால் எல்லா வீடுகளும் இடிந்து விழும் நிலையில் உள்ளது. சிலர் தங்களுக்கென்று அரசு வழங்கிய இடத்தை விற்று விட்டு வேறோர் இடத்திற்குக் குடி பெயர்ந்துள்ளனர்.

அவர்களின் வாழ்விடம் மிகவும் மோசமான நிலையிலே உள்ளது. அவர்களின் இருப்பிடங்களில் வாழ்வதற்கான பாதுகாப்பு கிடையாது. மூங்கில் கம்புகளை பயன்படுத்தி வீடுகளை அமைத்துள்ள னர். தெருக்கள் சரியான முறையில் அமையவில்லை. அரசு கட்டிக் கொடுத்த தொகுப்பு வீடுகளில் தெருக்களின் அமைப்பு சரியாக உள்ளது. தற்போது இடம் பெயர்ந்து சென்றுகொண்டு இருக்கின்றனர். ஓர் இடத்தில் நிலையாக இருப்பதில்லை.

சில ஊர்கள் மலையடிவாரத்தில் அமைந்துள்ளது. அந்த மலையைச் சுற்றியுள்ள நீர் ஓடைகளின் கரைகளிலும் உள்ளனர். ஆற்றங்கரை ஓரத்தில் உள்ள ஊர்களில் இருக்கின்றனர். பல குடியிருப்புகள் நிரந்தரமில்லாத நத்தம் புறம்போக்குப் பகுதிகளில் வாழ்ந்து வருகின்றனர். இருளர்களின் வாழ்விடத்தைப் பார்ப்பதற்கே பரிதாபமாக இருக்கின்றது. இவர்களின் அனைத்தும் பழைய வடிவத்திலே இருக்கின்றது. இருளர்களின் வீடுகளை இணைக்கும்

சாலை வசதியே இல்லை. இருளர் வீடுகள் தனிமைப்படுத்தப்பட்ட நிலையில் உள்ளது. வீடுகள் பழைய முறையிலே இருக்கும் அவர்கள் வீடுகளின் உள்ளே கண்ணியம் வழிபாடு செய்ய சாமி சிலை இருக்கும்.

இருளர்களின் குடியிருப்புகள்

சிறிய வடிவிலான வீட்டையே கட்டுகின்றனர். குடிகள் சிறியனவாக வட்டவடிவில் கூரை வேயப்பட்டு உயரம் குறைந்த வாயில்களை உடையனவாக இருக்கும். மூங்கில் தப்பைகள் வைத்து அதன் மீது மண் சுவர் வைக்கப்படுகின்றது. மேற்கூரையை பாம்மே புல், கோயில் வகைப்புல் என்ற இருவகைப் புற்களில் ஏதாவது ஒன்றைப் பயன்படுத்தி வேய்கின்றனர். மழை பெய்தால் வீடு ஒழுகும் நிலையிலே இருக்கின்றது. மலைப்பகுதிகளில் கிடைக்கும் பொருள் களை வைத்தே வீடு கட்டிக் கொள்கின்றனர். மண் சுவர் வைத்து வீடு அமைக்கப்பட்டிருக்கின்றன. தற்போதுதான் அரசு கட்டிக் கொடுக்கும் வீட்டை பயன்படுத்துகின்றன. வனத்துறை இவர்களுக்கு கொடுத்துள்ள காடுகளில் தான் வீடு கட்டி வாழ்கின்றனர்.

காடுகளில் கிடைக்கும் பொருள்களைக் கொண்டும் வீடுகளை கட்டிக்கொள்கின்றனர். வீடுகள் கட்டுவதற்கு முன் மூங்கில் தட்டி களையோ அல்லது வேறு குச்சிகளிலான கம்பை பயன்படுத்துவ தில்லை. இவர் வாழ்விடங்களின் அருகே கண்ணீர் கோயில் ஒன்றை கட்டி வாழ்ந்தார்கள் என ஆதாரங்கள் பல ஆய்வுகள் நெடுங்கிலும் உள்ளது. தங்கள் குடியிருப்பு நூற்றுக்கணக்கான இலுப்பை மரங்களை வளர்த்தால் இலுப்பை காடு என்றும் அழைக்கின்றனர். இலுப்பை வீதிகளில் கொட்டும் போது பொறுப்புடன் சேகரித்து வைப்பர். இருளர்கள் காடும், காடு சார்ந்த நிலமான முல்லை நிலத்தில் வாழ்ந்தனர். மேலும் அருகில் உள்ள குகைகளிலும் வாழ்ந்தனர்.

தற்போது அவர்களின் வாழ்விடம் மிகப்பெரிய பரிதாபமாக உள்ளது. நிலவுடையற்ற இவர்கள் நீர் நிலைப் புறம்போக்கான ஏரிக்கரை, குளக்கரை, குட்டைகளின் கரைகளில் மிகச்சிறிய குடிசையமைத்து வாழ்ந்து வருகின்றனர். விலங்குகளுக்குப் பயந்து சிறிய அளவில் வீட்டை கட்டுகின்றனர்.

தற்போது இடப்பெயர்கள் நடைபெற்றுக் கொண்டே இருக்கின்றன. மக்கள் இடம் விட்டு இடம் மாறிக்கொண்டும், புலம் பெயர்ந்தும் வருகின்றனர். இவர்களுக்கென்று சொந்தக் குடியிருப்போ வீட்டு மனையோ இல்லாததால் உணவுத் தேடலுக்கு வேறு இடம் தேடிச் செல்கின்றனர். ஆங்கிலேயர் ஆட்சி இந்தியாவில் இருந்தபோது அதிகமாக பாதிக்கப்பட்டோர் பழங்குடிகள்தான் அதுவும் இருளரே

அதிகம். இவர்கள் மலைகளையும் காடுகளையும் ஒட்டி வாழ்ந்தனர். ஆங்கிலேயர் வளங்களைக் கொள்ளையடிக்க நினைத்த போது இவர்கள் தடுத்தனர், இதனால் ஆங்கிலேயருக்குப் பகைவர்களாக்கப் பட்டனர். இவர் குற்றப் பரம்பரையாக மாற்றப்பட்டனர், திருட்டு பட்டம் சூட்டினர்.

இருளர்கள் என்ற பெயர் இவர்களுக்குத் தொடக்கத்தில் இல்லை. புதிய இடங்களில் வாழ்ந்திடாமல் இருண்ட காட்டுக்குள் சென்று வாழ முற்பட்டதால் இந்த இனம் இருளர்கள் என்று அழைக்கப்பட்டனர். இருளர்கள் என்ற சொல்லுக்குப் பல விளக்கங்கள் கூறப்படுகின்றன.

இருளடர்ந்த காடுகளில் இவர்கள் வாழ்வதால் இருளர் என்கிற பெயர் வந்திருக்கும். தற்போதைய காஞ்சிபுரம், திருவள்ளூர் மாவட்டங்களில் இருளர் குடியிருப்புகள் அதிகம் உள்ளன. இவர்கள் இடம் பெயர்ந்து வாழும் இருளராக உள்ளன. குறிப்பாக திருவாலங் காட்டிலும் மற்றும் ஆலங்காட்டிலும் இருளர்கள் அதிகமாக வாழ்ந்தனர் என்பதைப் பழைய நூலின் வழி அறிய முடிகிறது. இங்கு இவர்களது பெயர் நெஞ்சு. இதற்கான காரணம் பலதலைமுறைக்கு முன்னால் வாழ்ந்த இருளர்கள் நெஞ்சம்மா என்று அழைக்கப்படும் கன்னிக் கோயில் ஒன்று இங்கு கட்டி இருக்கின்றனர். திருவாலங்காடு எனும் பகுதியிலும் ஆலங்காட்டிலும் பழையனூரிலும் இருளர்கள் அதிகமாக வசிக்கின்றார்கள். இங்கு இவர்களது பெயர் நெஞ்சு. இந்தப் பெயர் வருவதற்குக் காரணம் பல தலைமுறைக்கு முன்னால் வாழ்ந்த இருளர்கள் நெஞ்சம்மா என்னும் பெயரில் கன்னிக் கோயில் ஒன்றை இங்கே கட்டியதுதான்.

திருவாலங்காட்டில் உள்ள சர்க்கரை ஆலைக்குப் பின்னால் கதை இருநூறு ஆண்டுகளுக்கு முன்னால் வாழ்ந்த இருளர்கள். அங்குள்ள சிவன் கோயிலை மிகவும் பக்தியுடன் வழிபட்டு வந்தனர். சிவன் கோயிலில் விளக்கேற்றுவதற்கு இலுப்பை எண்ணெய் தேவைப்படும் என்பதற்காக, நிறைய இலுப்பை மரங்களை வளர்த்து வந்தார்கள். ஒன்றல்ல இரண்டல்ல நூற்றுக்கணக்கான மரங்கள், இலுப்பைக்காடு என்று அழைக்கப்படும் அளவுக்கு அடர்த்தியான வனப்பகுதியாக அது வளர்ந்தது. இலுப்பை விதைகளைச் சேகரிப்பதில் ஒவ்வோர் இருளரும் கடமையுணர்வுடன் செயல்பட்டதால் மட்டுமே இந்தக் காடு உருவானது.

சிவன்கோயில் செழிப்புடன் வளர ஆரம்பித்தது. இருளர்கள் குடும்பம் குடும்பமாகச் சென்று கோயிலுக்காக நெல்குத்தி தந்தனர். காலப்போக்கில் நெல் அரவை இயந்திரத்தின் வருகை இவர்களைக்

கோயில் பணிகளிலிருந்து ஒதுங்க வைத்தது. நாளடைவில், இவர்கள் வளர்த்த இலுப்பைக்காடு, திருவாலங்காடு சர்க்கரை ஆலைக்காக அழிக்கப்பட்டது.

பழையனூரில் உள்ள ஏரிக்கு அருகில் இருளர்கள் ஒரு கூட்டமாக வசிக்கின்றனர். இங்குள்ள குடில்கள் அவர்களின் தொன்மையான குடியிருப்பை நினைவுபடுத்தும் வகையில் உள்ளது. ஒவ்வொரு குடியிருப்பிலும் ஒரு கோயில் அமைக்கப்பட்டுள்ளது. கோயில் இல்லாத இடங்களில் மரமே தெய்வம் ஆகும். எல்லம்மன், எல்லையம்மா, சப்த கன்னி, கன்னியம்மா, கௌரம்மா, செஞ்சம்மா, வனதேவதா போன்ற பெயர்களைச் சூட்டி தெய்வத்தை வழிபடு கின்றனர்.

பழைய செங்கற்பட்டு மாவட்டத்தில் (தற்போதைய திருவள்ளூர்) பல இடங்களில் நூற்றாண்டுகளைக் கடந்த இருளர் குடியிருப்புகள் பல உள்ளன. சில குடும்பங்கள் மட்டும் தொழில் காரணமாக இடம் பெயர்ந்து அவ்வப்போது சென்றாலும் நிலையாகத் தங்கியுள்ள பல குடும்பங்கள் இங்கு உள்ளார்கள்.

இது பொதுவாக சமவெளி இருளர்களிடம் உள்ளது. நீலகிரியில் உள்ளவர்கள் ஒரே இடத்தில் இருக்க முயல்கின்றனர். தொழிலின் நிமித்தமாக இடம் பெயர்தல் நடைபெறுகின்றது. ஒரே இடத்தில் நிலையாக இல்லாமல் இருப்பதே இவர்களின் பிரச்சினைக்கு முக்கிய காரணமாகும். இடம் விட்டு இடம் நகர்வதால் இருளர் பண்பாட்டில் சிதைவு ஏற்படுகின்றது ஒரே இடத்தில் இல்லாததால் சரியான கணக்கெடுப்பு நடைபெறவில்லை.

ஊருக்கு ஒதுக்குப்புறமான ஏரிக்கரை, குளக்கரை, மேய்ச்சல் புறம்போக்கு என புறம்போக்கு நிலங்களில் உள்ள முட்புதர்களை அப்புறப்படுத்தி வீடுகட்டி வாழ்கின்ற இவர்களை இரண்டு, மூன்று ஆண்டுகள் கழித்தபின் உள்ளூர் ஆதிக்க சாதியினர் விரட்டி விட்டு அவ்விடங்களைக் கைப்பற்றிக் கொள்கின்றனர். அவ்விடத்தில் ஆளும் வர்க்கத்தினர் வீடோ அல்லது ஆடு, மாடு கட்டுவதற்குக் கொட்டகையோ கட்டிக்கொள்வர் அல்லது வைக்கோல் போர் போட்டுக் கொள்வர். இவை போன்று கிராமத்திலுள்ள ஆளும் வர்க்கத்தினர் தொந்தரவுகள் கொடுப்பதால் அந்த இடத்தை விட்டு வேறு ஊருக்குக் குடியேற வேண்டிய சூழல் உள்ளது.

நிலக்காவல் செய்யும் இருளரை நில முதலாளிகள் தங்கள் கிணற்று மேட்டின் அருகில் குடிசை கட்டிக் கொள்ள அனுமதிக்கின்றனர். ஏதாவது ஒரு காரணத்திற்காக அதாவது அறுவடை முடிந்தவுடன்

வேறு பணிக்காக வேறு இடத்திற்குச் செல்ல வேண்டிய சூழல் உள்ளது. புதிய இடத்தில் பணி செய்து வேலை முடிந்து செல்லும் போது தங்குவதற்கு வேறு இடம் நோக்கிப் புறப்படுகின்ற சூழல் உள்ளதால் இன்றும் சிலர் நாடோடி வாழ்க்கையையே மேற்கொள்கின் றனர்.

இவர்கள் விஷக்கடிக்கு மருத்துவம் பார்ப்பதால் ஊர்ப்பொதுவாக ஓர் ஊருக்கு ஓர் இருளரைக் குடியமர்த்துகின்றனர் நோயினாலோ, விஷக்கடியினாலோ பாதிக்கப்பட்டு. இருளர்களிடம் வந்து மருந்துண்டு குணமாகியபின் மருந்துகளுக்குப் பணம்...? இருளர்கள் பெரும்பாலோர் அரிசி ஆலையிலும், செங்கற் சூளையிலும் நிலக்காவலிலும் ஆலையின் அருகே இவர்களுக்கென்று கூடாரம் அல்லது குடிசையமைத்து வாழ்கின்றனர். நிலத்திற்குக் காவல் காப்பவர்களுக்கு அந்நிலத்திலுள்ள கிணற்று மேட்டில் குடிசை யமைத்து வாழ அனுமதி அளிக்கப்பட்டுள்ளது. இம்மூன்று தொழில் களிலிருந்து ஏதாவதொரு காரணத்திற்காக விடுவிக்கப்பட்டால் வாழ்விடம் இன்றித் தவிப்பர். எனவே, தங்குவதற்கு இடம் அளிக்கப்படுவதால் உணவு கிடைப்பதாலும் மீண்டும் அரிசி ஆலை, செங்கற்சூளை நிலக்காவல் ஆகிய வேலைகளுக்கே செல்கின்றனர். இவ்வேலை செய்வோரில் பாதி பேருக்குமேல் குடும்ப அட்டையும், வீட்டுமனையும் இல்லை. இதனால் உழைப்புச் சுரண்டல்களைத் தாங்கிக்கொண்டு அங்கேயே வாழ்கின்றனர்.

சில குடும்பங்கள் பார்ப்பனர், நாயுடு, முதலியார் போன்ற சாதி இந்துக்களின் வீட்டின் பின்புறம் வாழ்வார்கள். சுமார் பத்துப் பதினைந்து ஆண்டுகளாகக் கிராமங்களில் நான்கைந்து குடும்பங்களாகச் சேர்ந்து வாழத் தொடங்கி இன்று ஒவ்வொரு கிராமத்திலும் மூன்று குடும்பங்களிலிருந்து இருபத்தைந்து குடும்பங்கள் வரையில் வாழ்ந்து வருகின்றனர். நாடோடி வாழ்க்கை வாழ்ந்த இவர்கள் பன்முனைத் தாக்குதல் காரணமாகவே தங்களைத் தற்காத்துக் கொள்ளக் கூட்டுக் குடியிருப்புகளை அமைத்து வாழத் தொடங்கியுள்ளனர்.

அக்காலகட்டத்தில் இருளர் ஆண்கள் அனைவருமே மாலை ஆறு மணிக்குள் மணியக்காரரர் வீட்டிற்குச் சென்றுவிட வேண்டும். அன்று இரவு அவர்கள் மாட்டுக் கொட்டகையில்தான் படுத்துறங்க வேண்டும். காலதாமதமாகச் சென்றால் வாய்க்கு வந்தபடி திட்டித் தீர்ப்பர். எங்குத் திருடு போனாலும் இருளர்கள் தான் திருடியதாகத் தண்டிக்கப்படுவர். இரவு நேரங்களில் மணியக்காரரின் மாட்டுக்குத் தண்ணீர் காட்டுதல் வைக்கோல் போடுதல் வீட்டு வேலைகள் என அனைத்து வேலைகளையும் ஊதியமின்றி அடிமைபோல் செய்தாக

வேண்டும். இதனால் அவ்வூரை விட்டு வெளியூருக்குக் குடி பெயரத் தொடங்கினர்.

1.8.1 வனங்களில் குடியேறக் காரணங்கள்

உலக உயிர்கள் இயற்கைச் சூழலுக்கேற்ப தங்கள் இருப்பிடங்களை மாற்றியமைத்துக் கொள்வது இயற்கை. இந்த இயற்கையின் நியதியில் பழங்குடி மக்களும் உட்படுவர். இவர்களின் பண்பாட்டை ஆய்வு செய்த மானுடவியல் அறிஞர்கள், பல பழங்குடி இனங்களும் அரசியல், சமூக பொருளாதாரக் காரணங்களுக்காக சமவெளிப் பகுதியிலிருந்து காடுகளுக்குச் சென்று குடியேறியவர்கள் எனும் கருத்தினை மொழிகின்றனர்.

ஒரு காலகட்டத்தில் இந்தியப் பழங்குடிகளில் பலர் நகர வாழ்க்கை வாழ்ந்தவர்களாகவும், பின்னர் அரசியல் சமுதாயக் காரணங்களால் ஒதுக்கப்பட்டுப் பழங்குடிகளாக ஆக்கப்பட்டுள்ளனர் என்பது டாக்டர் நசீம்மன் அவர்களின் கருத்தாகும். சில தலைமுறைக்கு முன் சமவெளிப் பகுதியிலிருந்து மலைப்பகுதிகளில் குடியேறிய பழங்குடி மக்களும் உள்ளனர். காஞ்சிபுரத்திலிருந்து தென்னிந்தியாவில் முகமதியர் ஆட்சி காலத்தில் பத்துத் தலைமுறைக்கு முன் மலைப்பகுதியில் குடியேறியவர்கள் என்கிறார் எஸ்கர் தர்ஸ்டன்.

கடந்த நூற்றாண்டுக்கால வாழ்வு முறையைப் பார்க்கும் போது உலகத்தின் எண்ணற்ற மக்களினத்தவர்கள் இடம் விட்டு இடம் மாறிக் கொண்டும், புலம் பெயர்ந்து மீண்டும் பூர்வீகம் வருவதும் போன்ற பல நிலைகளில் இடமாற்றத்திற்குட்பட்டு வாழும் நிலைக்குத் தள்ளப்பட்டுள்ளனர். புதிய புதிய இடங்களுக்குப் புலம் பெயர்தல் இக்காலகட்டத்தில் நவீன வாழ்வின் தன்மையாக உள்ளது. தொடக்கக்காலமுதல் இன்றுவரை இருளர்கள் நாடோடி வாழ்வையே மேற்கொண்டுள்ளனர். இவர்களுக்கென்று சொந்தக் குடியிருப்போ வீட்டு மனையோ இல்லாததால் உணவுத்தேடலுக்கு வேறு இடம் தேடிச் செல்கின்றனர். இவ்வாறு இவர்கள் புலம் பெயர்தலுக்கான காரணங்கள் பல இருந்தாலும் அடிப்படையாகப் பின்வரும் காரணங்களைக் கூறலாம்.

இப்பழங்குடி மக்கள் காடுகளிலும் மலைகளிலும் காடுகளை ஒட்டியும் வாழ்ந்து வந்தனர். ஆங்கிலேயர்கள் வன வளங்களை எடுக்க முயன்றபோது இப்பழங்குடி மக்கள் தடுத்தனர். இதனால் பல்வேறு அடக்குமுறைச் சட்டங்களை இயற்றி நடைமுறைப்படுத்தியதன் விளைவாக காடுகளிலிருந்து வெளியேறினர். இவையின்றி அவர்களைக் குற்றப்பரம்பரையினர் என்றும் ஆங்கிலேய அரசு

அறிவித்தது. குற்றப் பரம்பரையாக அறிவித்ததிலிருந்து இன்றுவரை பிற சமுதாய மக்கள் இவர்களைக் குற்றப் பரம்பரையினராகவே நடத்துகின்றனர். கிராமத்தில் வேறு யாராவது திருடிவிட்டாலும் இவர்கள்தான் திருடி விட்டார்கள் என்கின்றனர்.

தமிழர் பண்பாட்டில் இருளர் குலமரபுகள் கூட்டத்தில் பழிசுமத்திப் பல கடுமையான தண்டனைகளை விதிப்பதாலும், காவலர்களும் வேறு எங்காவது திருடு போனால் இருளர்களைக் காவல் நிலையத்திற்கு அழைத்துச் சென்று அடித்துச் சித்திரவதை செய்து பொய்வழக்குப் பதிவு செய்வதாலும், அவமானம் தாங்க முடியாமல் வேறு கிராமங்களுக்குக் குடிபெயர்கின்றனர். இவ்வாறு இடம் விட்டு இடம் நகர்வதால் இருளர் பண்பாட்டில் சிதைவு ஏற்படுகிறது.

இருளர் பெண் எளிய தோற்றம்

1.8.2 ஊர் பெயர் (பதிகளின்) பெயர்க்காரணம்

இந்தப் பதிகளின் பெயர்கள் இயற்கைப் பொருள்களின் பெயர்களாகவும், காரணப் பெயர்களாகவும் அமைந்துள்ளன. எடுத்துக்காட்டாக அவினாசி வட்டத்திலுள்ள தோளம்பாளையம் கிராமத்திலுள்ள பதிகளை மட்டும் ஆய்வோம். போத்தம் படுகை என்ற பதி போத்தன் என்ற இருளப்பள்ளனால் படுகைமண் கட்டப்பட்டது.

ஊக்காப்பட்டி, ஊக்கான் என்பவனால் உண்டாக்கப்பட்ட பதியாகும். நீலம்பதி, மொட்டியூர், ஊக்காயனூர் முறையே நீலன், மொட்டியன், ஊக்கான் என்ற இருளப்பள்ளர்களால் கட்டப்பட்டதாகக் கூறப்படு கிறது. பூளைப்பதி பூளை என்ற ஒருவகைச் செடி மிகுதியாக இருக்கும் பகுதி ஆகையால் பூளைப்பதி என்றழைக்கப்படுகிறது. மேல்பாவிப் புதூர், மேல் பாவி என்றால் மேல்பகுதி கிணறு என்று அவர்கள் மொழியில் பொருள்படும். இந்தப் பதியில் மேல்பாவி என்று ஒரு கிணறு இருப்பதால் இந்தப் பதிக்கு இப்பெயர் வரலாயிற்று. குழிவெளாமுண்டி, ஒரு குழியில் விளாமரம் இருக்கிறது. மூன்று பக்கங்களிலும் மலைச்சரிவுகளில் கிண்ணம் போன்ற பகுதியில் உள்ளது. அந்த மலைச் சரிவுகளிலுள்ள கிண்ணம் போன்ற பகுதிக்கு உண்டி என்று பெயர். அதனால் இந்தப் பதி குழி விளாமுண்டி என்ற பெயரில் வழங்கலாயிற்று. செங்குட்டை வெளாமுண்டி, செம்மண் தண்ணீர் குட்டையில் விளாமரம் உண்டிப்பகுதியில் அமைந்துள்ளதால் இந்தப் பதிக்கு இப்பெயர் வரலாயிற்று.

சீங்குளி என்ற பதியில் சீங்கை என்ற செடி மிகுதியாக இருந்ததாலும் அப்பதி குழிப்பகுதியில் அமைந்ததாலும் சீங்குளி என ஆயிற்று. கண்டி என்பது இவர்கள் மொழியில் இரண்டு மலைகளும் சேரும் கணவாய் போன்ற இடைவெளிக்குப் பெயர், அந்தக் கண்டியில் ஆல ஆர்.பெரியாழ்வார் மரங்கள் மிகுதியாக இருந்ததை ஒட்டி அப்பதி அமைந்ததால் ஆலங்கண்டி என்றும், அதையொட்டிப் புதிதாக அமைந்த பதிக்கு ஆலங்கண்டிப்புதூர் என்றும் பெயர்கள் பெற்றன. கோப்பை என்ற செடி நல்ல நறுமணத்தை உடையது. அதை மனிதர்கள் தலைக்குத் தேய்த்து நீராடப் பயன்படுத்துகின்றனர். குறிப்பிட்ட ஒரு பதியில் மிகுதியாகக் கோப்பைச் செடி இருப்பதால் கோப்பனாரை என்று அப்பதிக்குப் பெயர் வரலாயிற்று.

குண்டூர், பூச்சமரத்தூர், சொரண்டி, கோடியூர், சேத்துமடுவு, மாங்குழி, பூலப்பதி, செங்குட்டை, பெரும்பதி, குஞ்சூர்பதி, மருதன் பரைப்பதி, அரக்கடவு, பரணி, மேல்பில்லூர், சித்துக்கணி, வீரக்கல், ஊஞ்சலக்கோம்பை, நீராணி, கடம்பன், கோம்பை, வேப்பமரத்தூர், கண்டப்பட்டி, கோரப்பதி, கெத்தைக்காடு, மூலசெங்கால்பதி, மணியரசன்குட்டை, பசுமணி, உப்பிப்பள்ளம், மரிக்கோடு, கீழபில்லூர், அரியூர், உளியூர், போத்தம்படிகை, ஊக்காப்படிகை, நீம்பதி, மொட்டியூர், ஊக்காயனூர், மேல்பாவிப்புதூர், பூனைப்பதி, செங்கல, சுண்டப்பட்டி, குழிவெளாமுண்டி, செங்குட்டை, வெளாமுண்டி, ஆலங்கண்டி, ஆலாங்கண்டிப்புதூர், கோபனூர் முதலிய ஊர்களில்; இருளர்கள் வாழ்கிறார்கள்.

1.9 பழங்குடி மக்களைப் பற்றிய ஆராய்ச்சிகள்

இந்திய மக்களின் மொழி, பண்பாடு, பழக்க வழக்கங்கள் ஆகியவற்றை அறிந்து கொள்வதற்குப் பிரிட்டிஷ் ஆட்சியாளர்களும் கிறிஸ்தவ மிஷனரிகளும், அயல்நாட்டு பயணிகளும் இருள மக்களைப் பற்றி ஆய்வுகளை மேற்கொள்ளத் தொடங்கினர். இவ்வாய்வினுள் பழங்குடி மக்களும் உட்படுவர். இந்திய பழங்குடிமக்களின் நிலையை உலகிற்கு உணர்த்திய முதன்மை ஆராய்ச்சியாளர்கள் இவர்களே ஆவர் இவர்களுள் 'வெர்ரியர் எல்வின்' குறிப்பிடத்தக்கவர் ஆவார்.

ஆரம்ப காலத்தில் கிறிஸ்தவ சமய பரப்பாளராக வந்த இவர், இந்துத்துவத்தால் ஈர்க்கப்பட்டு, கிறிஸ்தவ சபையிலிருந்து விலகி இந்திய பழங்குடி பெண்ணை மணந்து அம்மக்களுடன் நெருங்கிப் பழகி அவர்களுடைய வாழ்க்கை முறையினை வெளிப்படுத்தினார். இந்தியாவின் மாநிலங்களில் மிகப்பெரியது மத்தியப் பிரதேசம் ஆகும். திராவிட மொழி பேசும் பழங்குடி மக்களும், முண்டா மொழி பேசும் பழங்குடி மக்களும் வாழ்கின்றனர்.

1.10 பழங்குடி (Tribes) பெயர் விளக்கம்

காடு, மலை ஆகிய இடங்களை வாழிடங்களாகக் கொண்டு முழுமையான நாகரிக வளர்ச்சியடையாமல் வாழ்ந்து வருகின்றனர். பழமையான எச்சங்களை அதிக அளவில் தங்கள் வாழ்வோடு இணைத்துக் கொண்ட இவர்களையே பழங்குடிகள் என்கின்றோம். மனித சமுதாயம் இன்று கொண்டுள்ள பல்வேறு அமைப்புகளிலும் பின்தங்கிய நிலையைக் கொண்டுள்ளவர்களையே ஆதி குடிகள் **(Primitive Tribe)** எனும் கருத்தைக் கொண்டுள்ளது. Tribe என்னும் ஆங்கிலச் சொல்லின் மொழிபெயர்ப்பாக பழங்குடி என்னும் சொல்லைப் பயன்படுத்துகின்றனர். இனக்குழு மக்கள் என்றும் மலைவாழ் மக்கள் என்றும் இச்சொல்லுக்கு வேறு மொழி பெயர்ப்புகள் தமிழறிஞர்களால் கூறப்படுகின்றன. வெர்ரியர் எல்வின், லூயிஸ் போன்றோர் Tribe என்னும் சொல்லை நாகரிகத்தில் பின் தங்கியவர்கள் என்றே காலந்தோறும் மக்கள் வாழ்க்கை முறையில் பல மாற்றங்கள் கொண்டிருப்பதைக் காணலாம்.

1.10.1 இந்தியாவில் பழங்குடிகள்

இந்திய அளவில் பழங்குடியினர் பின்வரும் மூன்று முக்கிய இனங்களாக வகைப்படுத்தப்படுகின்றனர். *(முக்கர்ஜி 1982:3)*

1. **மங்கோலியர்.** அருணாசலப் பிரதேசம், நாகாலாந்து, அசாம், மேகாலயா, மிசோராம், மணிப்பூர், திரிபுரா, இமய மலையின்

தாழ்நிலப்பகுதி ஆகிய இடங்களில் வாழும் பழங்குடிகள் மங்கோலிய இனத்தைச் சேர்ந்தவர்கள்.

2. **நீக்ரிட்டோவினர்.** அந்தமான் தீவுகளில் வாழும் அந்தமானியர், ஓங்கே ஆகிய பழங்குடியினர் நீக்ரோ இனத்தின் ஒரு பிரிவான நீக்ரிட்டோ இனப்பிரிவைச் சேர்ந்தவர்கள்.

3. **தொன்மை ஆஸ்திரேலியர்.** வடமேற்கு இந்தியா, கிழக்கிந்தியா, நடு இந்தியா ஆகிய பகுதிகளில் வாழும் திராவிட மொழி பேசும் பழங்குடிகளும் தென்னிந்தியாவில் வாழும் பழங்குடிகளும் இப்பிரிவில் அடங்குவார்கள்.

1.10.2 சமவெளி இருளர்

மெக்கென்சி பின்வருமாறு எழுதியுள்ளார். யுக பிரளயத்திற்குப் பின் ஒரு முனிவரின் வழித் தோன்றல்கள் எனக் கருதப்படுகிறது. வில்லர் எனப்படும் இருளர், மலையர், வேடர் ஆகியோர் ஒரு சாபத்தின் காரணமாகக் காடுகளில் இயற்கையின் படைப்பிற்கு இயைய வாழ்ந்து வந்தனர். இன்று இவர்கள் உடலை மறைக்க ஆண்கள் தோலையும், பெண்கள் இலைகளைத் தைத்தும் ஓரளவு ஆடையாக உடுக்கின்றனர். கிழங்குகள், காட்டுப் பழங்கள், தேன் ஆகியவைவே இவர்களின் முக்கிய உணவு. சமைத்த அரிசிச் சோற்றை மற்றவர்கள் இரக்கப்பட்டுத் தந்தாலும் இவர்கள் ஏற்றுக் கொள்வதில்லை.

தெய்வத்தைப் பற்றி தெளிவான கோட்பாடும் இவர்களுக்கு இல்லை. மூங்கில் அரிசியை மட்டும் இவர்கள் கன்னியம்மா என்ற தேவதைக்குப் படைக்கின்றனர். பழங்கதை மரபுப்படி மலைரிஷி என்ற பெயருடைய முனிவர் இவர்களுக்குக் காட்டு விலங்குகளால் ஏற்படும் தொல்லைகளைக் கண்டு இவர்கள் மேல் இரக்கங்கொண்டு கொஞ்ச காலம் இவர்களோடு இருந்து வாழ்ந்து வரலானார். அவர் இவர்கள் இனப் பெண்களோடு உடலுறவு கொண்டமையால் பல குழந்தைகளை அப்பெண்கள் பெற்றனர். எனினும் அக்குழந்தைகளும் காட்டு விலங்குகளுக்குப் பலியாயின. இத்துயரத்திலிருந்து இவர்களை மீட்க அந்த முனிவர் இவர்களை கன்னியம்மாவிற்கு பூசை போடுமாறு கூறினார்.

வேறு பல முனிவர்களும் இவர்களோடு கலந்து பழகி இவர்களிடையே வாழ்ந்ததால் பல புதிய சாதிகள் தோன்றின. அச்சாதியினருள் ஏனாதியர் நகரங்களுக்குச் சென்று மற்ற சாதியரிடம் உணவு பெற்று வந்ததோடு சமைத்த அரிசிச் சோற்றையும் உண்டு பழகித் தங்களைச் சுற்றி வாழும் மக்களைப் பார்த்து அவர்கள்

பழக்கவழக்கங்களை மேற்கொள்ளத் தொடங்கினர். இவ்வகையில் இருளர் இப்பொழுது ஏனாதியரைப் பின்பற்றி வருகின்றனர்.

1.10.3. நீலகிரி இருளர்

நீலகிரி இருளர்களிடையே பின்வரும் உட்பிரிவுகள் இருப்பதாகக் கூறுகின்றனர். போங்காரு, குடகர் (குடகுப் பகுதியைச் சேர்ந்தவர்), கல்கட்டி (கல்லினைக் கட்டிக் கொள்பவர்கள்), வெள்ளக, தெவாளர், கொப்பிலிங்கம் இவர்களுள் முதல் ஐந்து பிரிவினரும் பங்காளிகளாகக் கருதப்படுவதால் இவர்கள் தங்களுக்குள் மண உறவு வைத்துக் கொள்வதில்லை. இந்த ஐந்து பிரிவினரும் கொப்பிலிங்கம் உட்பிரிவிலிருந்தே பெண்களை மணக்க வேண்டும். இருளர்கள் மிக கருப்பு நிறமுடையவர்களாக உள்ளனர். இவர்கள் மற்றவர்களிடம் வேலை செய்யாமல் இருண்ட காட்டில் ஒதுங்கியுள்ளனர். பொதுவாக இருளர் கருத்தத்தோலும் அகன்ற மூக்கும் உடையவராகவும் நீண்ட மூக்கும் வாய்க்கப்பட்டுள்ளனர்.

1.10.4 இருளர்களின் வாழ்க்கை நிலைக் கூறுகள்

இருந்தவை தற்போதும் இருந்து கொண்டு இருப்பவை

1. **தனிமைப்படுத்தப்படுதல்:** பொது சமூகத்திலிருந்து பிரிந்து இருப்பவர்கள். இவர்களுக்கு யாரிடமும் தொடர்பு இருக்காது. இவர்களை அந்நியர் போல் அணுகுவர். இதனாலேயே இவர்களுக்குத் தனிமைப்படுத்தும் நிலை ஏற்படுகின்றது.

2. **பின் தங்கிய நிலை:** மிகவும் பின் தங்கிய நிலை, பிழைப்பதற்காகவே வேலைக்குச் சென்று உணவாதாரத்தைத் தேடிக் கொள்பவர்கள்

3. **தொன்மையானவர்கள்:** இது தொன்மையானது ஆகும். இது முன்னோர்களின் நிலை என்றும் கருதப்படுகின்றது. எளிய தொழில் நுட்பத்தைக் கொண்டு வாழ்பவர்கள்.

சூழலியல் (Ecology) என்பது முக்கிய ஒன்றாகும். கிழக்கு மலைத் தொடர்ச்சி மலை பல வளங்களைக் கொண்டுள்ளது. ஆனால் இரு மலைகளிலும் இருளர்கள் பல நூறு ஆண்டுகளாக வாழ்ந்து வருகின்றனர்.

1.11 பழங்குடி மக்களின் வழக்காற்றியல் (Tribe Lore) பெயர் விளக்கம்

மனித இனம் தோன்றிய காலத்திலே நாட்டுப்புற இலக்கியங்கள் தோன்றிவிட்டனர். மனிதன் தன்னுடைய உணர்வுகளை வெளிப்படுத்த மொழி என்னும் கருவியைக் கையாளத் தொடங்கியுள்ளான். நாட்டுப்புறவியலை இலக்கியம், கலை எனக் கண்டு பெரும் பிரிவுகளாகப் பிரிக்கின்றனர். நாட்டுப்புறவியல் அவற்றுடன் நின்று விடாமல் நாட்டுப்புற நம்பிக்கை, ஆடல், ஓவியம், பழங்குடி பொருள் அறியும் பண்பாடு (Material Cut Tane) ஆகியவற்றை ஆராய்கின்றது எனவேதான் அயர்வொர்த் பீட் (Lowers Peat), டான் யோடர் (Don Yoder) போன்றோர் நாட்டுப்புற வாழ்வியல் களஞ்சியம், நாட்டுப்புற வாழ்வியல் என்ற தொடர் நாட்டுப்புற பண்பாட்டின் அனைத்து கூறுகளையும் உள்ளடக்கியதொன்றாகும்.

பகுதி - 2
இருளர்களின் பிரிவுகள், மக்கள் தொகை, மொழி

2.1 இருளர்களின் பிரிவு

தமிழ்நாட்டில் பழங்குடிகளில் இரண்டாவது பெரிய இனம் இருளர்கள் ஆவர். முதலாவது பெரிய இனம் மலையாளிகளாகும். தமிழகத்தில் உள்ள பழங்குடிகள் பின்வருமாறு:

1. அடியர்
2. ஆறு நாடர்
3. இரவாளர்
4. இருளர்
5. காடார்
6. கம்மாரா
7. காணிக்காரர்
8. கனியன்
9. காட்டு நாயகர்
10. கொச்சு வேலன்
11. கொண்டக்காப்பு
12. கொண்டாரெட்டி
13. கொரகா
14. கோடா
15. குடியா
16. குறிஞ்சர்
17. குறுமர்
18. மகாமலசர்
19. மலை அரையர்
20. மலைப் பண்டாரம்
21. மலை வேடர்
22. மலைக் குறவர்
23. மலைசர்

24. மலையாளி
25. மலைக்கண்டி
26. மன்னன்
27. மூடுகர்
28. முதுவர்
29. பழையர்
30. பழியன்
31. பழியர்
32. பணியர்
33. சோலகா
34. தோடர்
35. ஊராளி

போன்றோர் வாழ்கின்றனர். இந்த பழங்குடியினர் பிரிவுகளில் இருளர் பிரிவுகள் மிக முக்கியமானது ஆகும்.

நீலகிரியில் உள்ள மேல்நாடு இருளர் முக்கியமான பிரிவாக உள்ளன. இவர்கள் தனித்த அடையாளங்களுடன் வாழ்கின்றனர். இவர்கள் மலைப் பிரதேசங்களில் மட்டுமே வாழ்பவர்கள். இருளர்களின் ஏழு உள் குலங்களைக் கொண்ட சமூகமாகவும் உள்ளனர். இவர்கள் பழங்காலம் தொட்டே வேறுபடுகின்றனர். இந்த இருளர்களுக்கென்று சில இனப் பெயர்களை வைத்து அழைக்கின்றனர். இவர்கள் இருளர்; இருயாறு என்பர். இதனை 'வில்லியன் நோபல்' என்ற அறிஞர்தான் கண்டுபிடித்துள்ளார். இருளர் பிரிவுகளின் வகைகளை அதன் இனப்பெயர்களைக் கொண்டே அழைக்கின்றனர். இவர்களை இழிவுபடுத்தும் விதமாக இருளப்பசங்க, காட்டுப்பசங்க என்று மோசமாக அழைக்கின்றனர். ஆனால் இருளர்கள் அவர்களை இருளாயிரு என்று அழைப்பதாக எமில் எமிக் (Emic) குறிப்பு கூறுகின்றது. அதன் பொருளான இருள கிழங்கு என்றும் இருட்டு என்றும் அதன் காரணத்தைக் கூறுகின்றனர்.

2.2. இருளர்களுக்கு உள்ள பிரிவுகள்

1. மேல்நாட்டு இருளர்
2. கசப இருளர்
3. வேட்டைக்கார இருளர்
4. ஊராளி இருளர்
5. வில்லியன் இருளர்

வில்லியன் இருளர் (சமவெளி இருளர்)

இவர்கள் சிதறடிக்கப்பட்டு இன்று சமவெளிப் பகுதிகளில் வாழ்கின்றனர். இவர்களிடம் பாம்பு பிடிக்கின்ற பாரம்பரிய அறிவு அவர்களிடம் இருக்கின்றது. இதனைப் பற்றி விக்டேகர் 1983-84-ல் தன் ஆய்வில் மிகத் தெளிவாகக் குறிப்பிடுகின்றார். இவர்கள் பாம்பு காரன் என்றும் அழைக்கப்படுகின்றனர். விழுப்புரம், கடலூர் மாவட்டங்களில் அதிகமாக வாழ்கின்றனர்.

கசப இருளர்

இவர்கள் வனத்தில் விலங்குகளோடு வாழ்பவர் ஆவர். இவர்களுக்குத் தனி வீடுகள்; மாதிரி வீடுகள் அவர்களின் கிராமங்களில் அமைக்கப்பட்டன. வீடுகள் பாரம்பரிய முறையில் அமைத்துக் கொடுக்கப்பட்டுள்ளது.

வேட்டைக்கார இருளர்

நீலகிரி மலைப்பகுதிகளில் வாழ்கின்றனர். இவர்களை சிகார் என்று அழைப்பர். வடதமிழ்நாட்டிலும் வாழ்கின்றனர்.

விக்கார இருளர்

இருளர் பள்ளர் என்று அழைக்கப்படுகின்றனர் இது சிறிய குழுவாகும். இவர்கள் குன்னூரில் வாழ்கின்றனர். தேன் அழைப்பவர் என்று அழைக்கப்படுகின்றனர்.

ஊராளி இருளர்

ஊராளி என்றால் ஆழ்பவன் என்று பொருள். விவசாயம் மற்றும் பாம்பு, எலி பிடித்தல் தொழில் செய்கின்றனர். வேலூர், விழுப்புரம் மாவட்டங்களில் வாழ்கின்றனர். இவர்கள் சமவெளிப் பகுதிக்கும் மலையின் உச்சிக்கும் இடையில் இருப்பர். பொதுவாக ஆடு மாடுகளை மேய்க்கும் தொழிலைச் செய்கின்றனர்.

மேல்நாட்டு இருளர்

தமிழின் கிளை மொழியைத் தாய் மொழியாகப் பேசுபவர்கள் இவர்கள் தான். இவர்கள் சமவெளியில் வாழக் கூடிய இருளர் ஆவர். இவர்கள் நன்றாக இருள மொழி பேசுகின்றனர். இவர்கள் இருளர்களில் மேலானவர்கள் என்ற கருத்து நிலவுகிறது.

2.3. மக்கள் தொகை

தமிழக பழங்குடிகளில் இரண்டாவது இனம் இருளர்கள் ஆவர் இவர்கள் பரந்த அளவில் வட தமிழகத்தில் வாழ்கின்றனர். இவர்கள் மலைப்பிரதேசங்களில் வாழ்கின்றனர். சமவெளிப் பகுதிகளிலும் வாழ்கின்றார்கள். சமவெளிப் பகுதிகளில் வாழ்பவர்கள் இட நகர்வு நிலையிலே வாழ்கின்றனர். இது 2001 புள்ளி விவரப்படியாகும்.

இந்தியாவில் உள்ள பழங்குடி மக்கள் தொகையின் அளவு 8.01, தமிழகத்தில் உள்ள பழங்குடி மக்கள் தொகையின் அளவு 1.04 ஆகும். பழங்குடிமக்களின் மொத்த மக்கள் தொகை 6.51 321 இருளர்களின் எண்ணிக்கை 1.55.606. இதில் இருளர்கள் வாழும் மாவட்டங்கள் நீலகிரி, கோயம்புத்தூர், சேலம், வேலூர், திருவண்ணாமலை , செங்கல் பட்டு, காஞ்சிபுரம், திருவள்ளூர், விழுப்புரம், கடலூர், திருச்சி, பெரம்பலூர், தஞ்சாவூர், சென்னை, மேற்கு தொடர்ச்சி மலையிலும் வாழ்கின்றார்கள். இவர்களில் 84.4 பேர் கிராமப்புறங்களில் வாழ்கின்றனர். இவர்களில 58.2 பேர் விவசாய கூலிகளாக உள்ளனர். 66% குழந்தைகள் எழுத்தறிவின்மை நிலையில் உள்ளனர். 84% பேருக்கு குடியிருப்பதற்குச் சரியான வீட்டு வசதி இல்லை 85% பேர் வறுமை கோட்டிற்குக் கீழ் உள்ளனர். இன்று மக்கள் தொகை பெருகிக் கொண்டே இருக்கின்றது. தற்போது 23.116 இருள குடும்பங்கள் உள்ளன. இன்று இருள மக்கள் தொகை பெருகிக் கொண்டே வருகின்றது. ஆனாலும் அவர்களின் பூர்வீக இடங்களில் அவர்களின் மக்கள் தொகை குறைந்து கொண்டே வருகின்றது. தமிழகத்தின் வடக்குப் பகுதியில் தான் அதிக அளவில் உள்ளனர்.

தமிழக அளவிலே அதிக இருள மக்களைக் கொண்ட மாவட்டம் திருவள்ளூர் ஆகும். குறைவான மக்கள் தொகையைக் கொண்ட மாவட்டம் நாகப்பட்டினம் ஆகும். மலைப்பிரதேசங்களில் உள்ள மாவட்டங்களில் அதிக மக்கள் தொகையைக் கொண்ட மாவட்டம் உதக மண்டலம் ஆகும். இருந்தாலும் இருளர்களின் குடிப்பெயர்வினால் அவர்களின் மக்கள் தொகையை சரியாகக் கணக்கிட முடியாத நிலை உள்ளது.

ஆதாரம் (பக்தவத்சல பாரதி உரை இலயோலா கல்லூரி கருத்தரங்கம் மார்ச் 2014)

இருள சிறுவர்கள்

2.4. இருள மொழி

மொழி என்பது மனிதனின் அறிவு நிலைப்பட்டுள்ளதை அடையாளம் காட்டுகின்றது. அதே போன்று அறிவு நிலையின் மூலம் மொழியும் அடையாளப்படுகிறது. மனிதன் வாழும் பகுதியின் புவியியல், வானிலை ஆகியவை அவர்கள் வாழ்க்கையை நிர்ணயிக் கின்றது. மொழியானது மனிதனின் அறிவு நிலைப்பட்டிருப்பதின் அடையாளம்தான். அவனுடைய சிந்தனையின் மூலாதாரம் மொழியும் தெளிவான பேச்சுமாகும். மொழியின் வகைகள் ஆன பேச்சு மொழி, எழுத்து மொழி, மூல மொழி, தனி மொழி, பொது மொழி, சிறப்பு மொழி, குறு மொழி, கிளை மொழி, கொச்சை மொழி என்றும் அசை மொழி, ஒட்டு மொழி, உட்பிணைப்பு மொழி என்றும் தாய் மொழி, அயல் மொழி என்றும் தேசிய மொழி, ஆட்சி மொழி, இணைப்பு மொழி என்றும் உடல் மொழி, செயல் மொழி என்றும் பாகுபாடு செய்யலாம்.

இவர்கள் கொச்சைத் தமிழையே பேசுகின்றனர். இருள மொழி தமிழ் கன்னடப் பிரிவைச் சேர்ந்த ஒரு தென் திராவிட மொழியாகும். இந்தியாவில் தமிழ்நாடு, கேரளா, கர்நாடகம், ஆந்திரா ஆகிய மாநிலங்களில் பேசப்பட்டு வரும் இம்மொழி ஏறத்தாழ 200,000 மக்களால் பேசப்படுகின்றது. இந்த இருள மொழியை ஏரவல்லன், எருக்கா, இரவா, இருளர், இருவளன், இருளிகா, இருளிகர், கொரவா போன்ற பெயர்களிலும் அழைக்கப்படுவது உண்டு. இந்த இருள

மொழி தமிழெழுத்துக் கொண்டு எழுதப்படும் மொழியாகும். இதனை தனி மொழியாகக் கருதலாம் என திரு கமில் சுவலபில் என்பவர் முன் வைத்தார். இந்த இருளர் பேசும் மொழி இருள மொழியாகும்.

நீலகிரி போன்ற மலைப் பகுதிகளில் வாழும் இருள மக்கள் இருள மொழியைப் பேசுபவர்கள் ஆவார். ஆனை மலைப் பகுதிகளிலும் வாழ்கின்றனர். இதனை ஜெரார்ட் எப் டிப்லாத் (Jerard F Tifloth) ஆர்.பெரியாழ்வார் ஆகியோர் இருள மொழியை ஆய்வு செய்தனர். ஆனால் தற்போது இருள மொழியில் குறும்மா, படகா மொழிச் சொற்கள் இருளா மொழியில் அதிகமாகக் கலந்துள்ளன. பெரியாழ்வார் இருள மொழியை சிறப்பாக ஆராய்ந்து பல்வேறு தகவல்களை திரட்டினார். இருள மொழியை இரண்டு விதமாகப் பார்க்கின்றனர்.

1. தமிழிலே இருந்து வேறுபட்ட தனியான பழங்குடி மொழி பேசுவார்கள் ( ) அந்த வகையில் நீலகிரியைச் சார்ந்த இருளர்கள் ஒரு தனி இனமாக இருப்பதைப் பார்க்கின்றோம்.

2. தமிழின் கிளைமொழி என்ற தாய் மொழியாகப் பேசுபவர்கள் இவர்கள்தான் சமவெளி இருளர்கள் ஆவார். இந்த இருள மொழி பேசுபவர்கள் 1) மேல்நாட்டு இருளர் 2) கசப இருளர் 3) வேட்டுக்காடு இருளர் 4) ஊராளி இருளர் போன்றோர் ஆவர்.

2.4.1 இருள மொழியின் முக்கியத்துவம் சிறப்பு அம்சங்கள்

1. இருள மொழியில் வளை நாவொளி உயிர்கள் உள்ளன. மேலும் (கள ஆய்வு, அட்டக்கல்)

2. இருள மொழியில் இறந்த காலம், இறப்பில்லாக் காலம் என இரண்டு காலங்கள் உள்ளன. (ஞான சுந்தரம் 2009, 141). இரு வாரியாக தமிழ், தெலுங்கு மொழிகளையே அதிகம் பேசுகின்றனர். இது அவர்களின் இருளமொழி வழக்கு என்றும் கூறப்படுகின்றது.

இன்று நீலகிரியில் உள்ள இருளர்கள் இருளமொழி பேசுகின்றனர். இவர்களின் வழக்கு மொழி இருளா மொழி என்று கருதப்படுகின்றது. இவர்களின் தற்கால வாழ்வியல் சூழல் கேள்விக்கிடமாகவும் பெருமாற்றங்களுக்கு உட்பட்டும் நிற்கின்றது.

அதிகமாக இவர்கள் தமிழ், தெலுங்கு மொழிகளையே பேசுகின்றனர். இவர்களில் எவரும் தங்கள் முன்னோர்களைப் பற்றியும் தங்களின் கலாச்சாரம், பண்பாடு பற்றியும் எழுதி வைத்ததில்லை. காரணம் இவர்கள் இருள மொழிக்கு எழுத்து வடிவமே இல்லை. உலகில் பழங்குடியினர் பேசும் மொழிகள் 10 ஆயிரத்திற்கும் மேற்பட்டவை. இன்று உயிர்ப்போடு இல்லை.

இருளர் எல்லோருக்கும் தமிழ்மொழியும் இருளமொழியும் தெரியும். பெரும்பான்மையினருக்குப் படக மொழியும் தெரியும். இருளர்கள் பேசும் பேச்சு தனிமொழியா? அல்லது தமிழ்மொழியின் கிளைமொழியா? என்ற ஐயப்பாடு மொழியியல் அறிஞர்களிடையே இருந்து வருகிறது. டாக்டர் எம்.பி.எமினோ டிப்லாத் இருளர் பேச்சையும் ஊராலிகள் பேச்சுகள் தமிழ் மொழியின் கிளைமொழி களாகக் கருதுவதாகக் கூறுகிறார். டாக்டர் டிப்லாத் இருளமொழி தமிழ், மலையாளம் பிரிவைச் சார்ந்த திராவிடமொழி எனக் கூறுகின்றார்.

டாக்டர்.எஸ்.வி.சண்முகம் இருளர் பேச்சை தென்திராவிட மொழிக் குடும்பத்தைச் சார்ந்த ஒரு தனி மொழியாகக் கருதவேண்டும் என நினைக்கிறார். டாக்டர் கமில் சுவலபில் இருளர் பேச்சைத் தனி மொழியாகவே கருதுகிறார். நானும் இவர்கள் பேசும் பேச்சைத் தனிமொழி என்றே கருதுகின்றேன். இதைத் தனி மொழியாகக் குறிப்பிடவேண்டிய அளவிற்கு இம்மொழியின் ஒலியியல், சொல்லியல் கூறுகள் சில, இது தனி மொழியே என்று காட்டி நிற்கின்றன. இது ஒரு தென் திராவிடமொழி. இம்மொழி முக்கியமான ஐந்து, ஆறு தென் திராவிடமொழிக் குடும்பக் கூறுகளைத் தன்னகத்தே கொண்டுள்ளது. ஆதாரம். இருளர் வாழ்வியல் பெரியாழ்வார்.

2.4.2 இருள மொழியின் அழிவு

நெடுங்காலமாக தமிழின் ஒரு வட்டார மொழியாக காப்பாற்ற வராததால் அழிவை நோக்கிச் சென்று கொண்டிருக்கின்றது என யுனெஸ்கோ (Unesco) தன்னுடைய ஆய்வில் கூறியுள்ளது. தற்போது இருள மொழியில் தமிழ், மலையாளம் ஆகியவற்றின் தாக்கம் கலந்துவிட்டது. இருள மொழியிலிருந்து மற்ற மொழிகளுக்கு மாறும்போது பல மாற்றங்கள் ஏற்பட்டதால் அவர்களாகவே தங்களுடைய மொழியை மாற்றிக் கொண்டனர்.

பல ஆதிக்க மொழிகளின் வரவால் இருள மொழி பல அபாயத்தை சந்திக்க நேரிட்டது. இருள மொழி ஆபத்தை சந்திக்கக் காரணம் அந்த மொழி பேசுபவர்கள் அடுத்த தலைமுறைக்கு எடுத்துச் செல்லவில்லை. குழந்தைகள், இளம் வயதினோர் இருள மொழியின் மகத்துவத்தை அறிந்து அதைத் தொடர முடியாமல் இருக்கின்றனர். அந்த அழிவை மீட்டுருவாக்கம் செய்யவும் முடியாமல் இருக்கின்றது. இருள மக்களுக்கு அவர்கள் மொழி தான் கலாச்சாரம், நாகரிகத்தின் முதல் பிறப்பிடமாகும்.

இருள மொழி தனி மொழி ஆகும். அதன் இயல்பு, பயன்பாடு, தன்மை, அதைப் பயன்படுத்துபவரது தகுதி, பயன்படுத்துபவரது எண்ணிக்கை, வாழும் இடம் போன்ற அம்சங்களை இருள மொழி கொண்டுள்ளது. இருளர்கள் மொழியைப் பற்றிக் கூறும்போது வாழ்வியலை மொழி ஊடாகக் காண்கின்ற போது இவர்களின் மொழி அடையாளம் குறைந்து கொண்டே வருகின்றது. இவர்கள் மொழியை பேணிக் காப்பது இவர்களுக்குப் பெரும் சவாலாக உள்ளது.

இருள மொழி தமிழ் எழுத்துக்களைக் கொண்டு எழுதப்படும் மொழி, நெடுங்காலமாக வட்டார மொழியாக அறியப்பட்டிருந்தது இருள மொழி. சில சிறப்பு மாற்றங்களைக் கொண்டிருந்ததால் அதைத் தனி மொழியாகக் கருதலாமென திரு.கமில் சுவலபில் அவரது ஆய்வில் கூறப்படுகிறது. தமிழுடன் தொடர்புடைய தனிமொழி யாகும். நெடுங்காலமாக தமிழின் ஒரு வட்டார மொழியாக அறியப் பட்டிருந்த இருளமொழி, சில சிறப்பு மாற்றங்களைக் கொண்டிருந்தால் அதை தனிமொழியாகக் கருதலாமென கமில் சுவலபில் முன் வைத்தார்.

மொழிக்கும் வட்டார மொழி வழக்கிற்கும் அடிப்படையான வரையறை இல்லையெனினும் இதைத் தமிழுடன் நெருங்கிய தொடர்புடைய தனிமொழியாகக் கருதலாம் என்றும் அவர் கூறினார். ஆதாரம் (திரு பக்தவத்சல பாரதி இருளர் கருத்தரங்கம், இலயோலா கல்லூரி, சென்னை).

இருளர்களுக்கு மற்ற மொழியைக் கற்பதில் எப்பொழுதும் ஏதுவாக இருப்பதால் மாறுகின்றனர். ஆனால் இருள மொழி ஒரு சிறப்பான மொழியாகும். இதை கற்றுக் கொள்வதற்கும் சிறந்த மொழியாகும். ஆதிக்கம் செலுத்தும் மொழிகளுக்கிடையே இருள மொழி ஒரு பயத்தை சந்தித்துள்ளது. இருள மொழிக்குப் பயம் ஏற்பட காரணம் என்னவென்றால் பேசுபவர்கள் அதிகமானோர் இல்லை. அடுத்த தலைமுறைக்கு அந்த மொழியை எடுத்துச் செல்லவில்லை.

குழந்தைகள் இருள மொழியின் மகத்துவத்தைப் பெறவில்லை இருந்தாலும் பல முதியோர்கள் பேசிக் கொண்டுதான் இருக்கின்றார்கள். இன்றைய காலத்தில் இருள மொழி குறைவான மகத்துவத்தைக் கொண்ட மொழியாகவும், மறையும் மொழியாகவும் இருக்கின்றது. இதற்கான காரணம் என்னவென்றால் சரியான மறுசீராய்வு செய்யாததும், மீட்டுருவாக்கம் செய்யாததே இதற்குக் காரணமாகும்.

1968 ஆம் ஆண்டு டிப்லோத் (Difloth) என்ற மேலை நாட்டு அறிஞர்கள் பல தகவல்களை குறிப்பிடுகின்றார். இருள மொழி என்பது

தமிழ் மொழியின் மறுமொழியாகும். இருள மொழியின் பல சிறப்புத் தன்மைகள் தமிழ் மொழியிலும் தென்னிந்திய மொழியிலும் இருக்கின்றது.

இருளர்களின் பழமை மொழி இருள மொழி ஆகும். இருள மொழி தென்னிந்திய மொழி ஆகும். 4 மாநிலங்களை இணைக்கும் மொழியாகும். இந்த மொழி அதிகமான ஆபத்தை நோக்கி நடைபெற்றுக் கொண்டு இருக்கின்றது. திரு. பெரியாழ்வார் இருளர் மொழியின் சிறப்பு அம்சங்களைக் கண்டுபிடித்தார்.

இருள மொழி நெடுங்காலமாக தமிழின் ஒரு வட்டார மொழி யாக இருந்ததை அறியப்பட்டுள்ளது. சில சிறப்பு மாற்றங்களைக் கண்டு இருக்கின்றது. அதைத் தனிமொழியா மொழியாக கருதலா மென கமில் சுவலபில் கூற்றாகும். தனி தமிழ் மொழியோடு இருளர்களின் மொழி வழக்கு இருளா மொழி என்று கூறப்படுகின்றது. இவர்களின் தற்கால வாழ்வியல் சூழல் கேள்விக்கிடமாகவும் பெரும் மாற்றங்களுக்கு உட்பட்டும் நிற்கிறது. காடு சாதி சார்ந்த வாழ்வியல் தனித்துவத்தோடு பேணி இணைவது இவர்களுக்கு சவாலாக உள்ளது.

பகுதி - 3

பண்பாடு, கலை, சமய வாழ்வு, வழிபாட்டு முறை

3.1 பண்பாடு

இருளர் ஆதி தமிழர்கள் ஆவார். இவர்கள் நமது நாட்டின் பூர்வீக குடிகள். இவர்களின் பண்பாடு சிறந்த ஒன்றாக இன்றும் காணப்படுகின்றது. ஆதி தமிழர்களுக்கே உரித்தான குறிஞ்சி, முல்லை, நெய்தல், மருதம், பாலை ஆகிய ஐவகை நிலங்களில் தங்கள் வாழ்க்கையை மேற்கொண்டனர் என்பது வரலாற்று உண்மை. இந்த ஐவகை நிலங்களில் முல்லை நிலமான காடும், காடுசார்ந்த பகுதிகளில் வாழ்ந்த ஆதித் தமிழ் குடும்பங்கள்தான் இந்த இருளர் இனம் ஆகும்.

பல்வேறு இயற்கை மாற்றங்களாலும் வாழ்தல் வேண்டியும் தென்னிந்திய மாநிலங்களில் பரவலாக வாழ்ந்து வந்தனர். பின்பு காட்டை விட்டு மருதநில மக்கள் வாழும் பகுதியில் வாழ்ந்து வருகின்றனர். இவர்களின் சமுதாயப் படி நிலை மிகவும் தாழ்த்தப் பட்ட நிலையாக உள்ளது. இன்று பட்டியல் இன வரையறைக்குள் வருகின்றனர். இன்று பொது மக்களோடு இணைந்து வாழும் சூழலுக்கு நகர்ந்துள்ளனர். இருளர்களோடு தமிழ்ச் சமூகம் நீண்ட நெடிய அறுபடாத சமூகமாக இருக்கின்றது. இருளர்கள் அவர்களுக் கென்று மாற்ற முடியாத மரபுகளையும், விழுமியங்களையும் கொண்டுள்ளனர்.

மனித குலத்தில் ஏற்பட்ட முக்கியமான மாற்றங்கள் இவர்களிட மிருந்துதான் தொடங்கியது. புதிய கற்காலத்தில்தான் முக்கியமான மிகப்பெரிய பண்பாட்டுப் புரட்சி நடந்தது. இது மனித குல பரிணாமத்தில் மாற்றம் ஏற்படக் காரணம், அப்போதுதான் ஓரிடத்தில் நிலையாக தங்கி வாழ வேண்டும் என்ற தகவமைப்பைப் பெற்றனர்.

ஆண்கள் வேட்டைக்கு மட்டுமே செல்வார்கள். பெண்கள் உணவிற்குத் தேவையானதை சேகரித்து நிலையான வாழ்வாதாரத்தை ஏற்படுத்திக் கொண்டனர். அதன் தொடர்ச்சியாகத்தான் சேகரித்த

உணவு பொருள்களை ஏன் வீட்டைச் சுற்றி விளைவிக்கக் கூடாது என்று உணர்ந்தனர்.

அதே போல் வேட்டையாடும் விலங்குகளை ஏன் வீட்டில் வளர்க்கக் கூடாது என்றும் உணர்ந்தனர். இவையாவும் சிறந்த பண்பாட்டு புரட்சியாகும். இதன் தொடர்ச்சியாக வேளாண்மைக்கு பயன்படக் கூடிய தோண்டு கருவி கண்டுபிடிக்கப்பட்டது. அந்த வகையில் சங்க இலக்கியத்தில் சொல்லப்படுகின்ற திணைப்புல விவசாயம்தான் சிறந்ததாக இருந்தது.

வழிபாட்டிற்கு முன் இருள பூசாரி

இவர்கள் செய்த காட்டெரிப்பு வேளாண்மை இன்றும் நீலகிரியில் உள்ள இருளர்களிடம் உள்ளது. அதே போல் பெண் தான் அவர்களுக்கு தெய்வமாக உள்ளது. கன்னியம்மாள் போன்ற தெய்வம் எல்லாம் தலத்திலேதான் அவர்களால் வணங்கப்படுகின்றது. இதுவே இவர்களின் தாய்த் தெய்வமாகவும் கருதப்படுகின்றது. இதன் வடிவம் சூலாயுதமாக இருப்பதைப் பார்க்கலாம். இன்று பூர்வீக கலாச்சாரத்தை ஆராய வேண்டும் என்றால் இருளர்களின் வாழ்வியல் நிலையை ஆராய்ந்தால் போதுமானதாகும். ஆனால் இன்று இவர்களின் வளர்ச்சியினால் சாதிய கலாச்சாரத்திற்கு இடை நிலையில் இவர்கள் இருக்கின்றார்கள்.

பண்பாட்டு மரபு என்பது அது கொண்டு இருக்கக் கூடிய தொடர்ச்சிகளையும் அறுபடாத நிலையையும் இந்த இருள பழங்குடி வாயிலாகத் தான் பார்க்க முடியும். ஆக எல்லா முறையையும் ஆராய்ந்தாலும் தொல் சமூக முறையை ஆராய்வதற்கு ஏராளமான

பண்பாட்டுக் கூறுகள் உள்ளன. முதன் முதலில் வேட்டையாடி பிழைப்பை நடத்திய இவர்கள் உணவு சேகரித்தல், காட்டெரிப்பு வேளாண்மை விவசாயம் என்று, இப்படி பரிணாம வளர்ச்சி அடைந்து இருப்பதைப் பார்க்கலாம்.

இவர்களின் பண்பாட்டு ரீதியான வழிபாட்டு முறைகளைப் பார்த்தோம் என்றால் இவர்களின் தெய்வம் கன்னிமார் சாமி ஆகும். இது இவர்களின் தெருவிற்கு பின்புறம் இருக்கும். நடுகல் போல இருக்கும். இந்த சாமியை பூர்வீக காலத்தில் இருந்து அவர்கள் வழிபடுகின்றார்கள். இதைத் தவிர மாரியம்மன் வழிபாடும் சில இடங்களில் இருக்கின்றன. இவர்களின் கன்னியம்மா குலசாமிக்கு கூழு ஊற்றி, கருவாடு, கத்திரிக்காய், முருங்கை, உருளைக்கிழங்கு போன்றவைகளை சமைத்து பூசை செய்து வழிபடுவார்கள். இந்த உணவுக் கலவையை அவர்களின் குலசாமியைச் சுற்றி உள்ள நாலு திசைகளில் வைத்து வழிபடும்போது ஆளாளுக்கு சாமி வந்து ஆடும். அது தவிர மாசி மாதத்தில் மூன்று நாட்கள் மாமல்லபுரம் கடற்கரையில் இருள மக்கள் பலர் கூடி அங்கே கடலுக்குள் இருக்கும் கன்னியம்மா தெய்வத்தை வழிபடுவார்கள். கன்னியம்மாவை 'ஆயம்மா' என்றும் அழைக்கின்றனர்.

கலாச்சார பண்பாட்டு அளவிலே அவர்கள் மற்றவர்களைவிட சிறந்தவர்கள். அவர்களுக்கென்று தனித்துவமான நாட்டார் வழக்கிய லான நாடகம், நடனம் போன்றவை இருக்கின்றது. ஒவ்வொரு வருடமும் அவர்களுடைய கன்னியம்மா திருவிழாவை அவர்களின் ஊரில் சிறப்பிப்பர். இவர்கள் குறி சொல்வதைக் கட்டாயம் கடை பிடிப்பர். இம்மக்களுக்கு என்று நம்பிக்கை எல்லாம் இருக்கின்றது.

இருளர்கள் பழக்கவழக்கங்களிலும் தனித் தன்மையோடு சிறந்து விளங்குகின்றனர். இவர்கள் திராவிட பாரம்பரிய வாழ்வியல் முறையில் மாற்றம் கண்டுள்ளனர். சமவெளிப் பகுதியில் உள்ள இருளர்கள் பல்வேறு தளங்களில் மற்றவர்களை விட வேறுபட்டுள்ள னர். இருளர் கிராமங்கள் பண்டைய காலத்தின் அடிச் சுவடுகளாக இருக்கின்றது என மானுடவியலாளர் மஜூம்தர் குறிப்பிடுகின்றார். இருள் என்றாலே ஏதோ காடுகளிலும் சமவெளிப் பகுதிகளிலும் இருப்பவர்கள் என்றும் நாகரீகம் அடையாமல் இருப்பவர்கள் என்ற கண்ணோட்டமும் உண்டு. இது முற்றிலும் தவறு. அவர்களுக்கு மரபு ரீதியான பண்பாடு, கலாச்சாரம் இருக்கின்றது. இவர்கள் பண்பட்டு, தலைமுறை தலைமுறையாய் மரபு வழியாக வளர்ந்து நல்ல பழக்க வழக்கங்களின் குணங்களும் நெறிமுறைகள் போன்றவை வாழும் சூழலுக்கேற்ப வளர்ச்சி அடைந்துள்ளது. இந்த பண்பாட்டின்

கூறுகளான கிராம அமைப்பு முறை, மொழி, வழிபாடு, நம்பிக்கை, தெய்வங்கள், தொழில் வகை, உணவு முறை, திருமண முறை, இறப்பு, இசை, மருத்துவமுறை, பண்டிகை போன்றவற்றை பண்பாட்டின் வழி ஒன்றிணைத்துள்ளனர்.

இவர்களின் பண்பாட்டுக் கூறுகளான கலை, திருமண முறை, தொழில் முறை, வழிபாட்டு முறை, மொழி போன்றவை மிகச் சிறந்ததாக அவர்களிடையே இருக்கின்றது. இருளர்கள் பன்முக பண்பாட்டுச் சமுதாயமாகத் திகழும் நிலையில் அவர் உள்ளனர்.

இருளர்களின் பண்பாட்டின் மூலமாக அவர்களின் பொருளாதார மேம்பாட்டை அறிகின்றபோது வேட்டையாடுதல், உணவு சேகரித்தல் போன்ற அவர்களின் முக்கிய வாழ்வாதாரமாக உள்ளன. இன்று இருளர் மக்கள் பூர்வீக பண்பாட்டின் கூறுகளையும் கலாச்சாரத்தின்படியும் கடைபிடித்து வாழ முடியவில்லை. காரணம் புதிய வனச் சட்டத்தால் காடுகளை விட்டு வெளியேறி வாழ்க்கை நடத்தக்கூடிய சூழ்நிலைக்கு உட்பட்டுள்ளனர்.

இன்று இருளர்கள் தங்களது தனித்துவத்தை இழந்து வருகின்றார்கள். அவர்களின் பண்பாட்டை மீண்டும் மீட்டுருவாக்கம் செய்யும் நிலையிலே இருக்கின்றார்கள். இன்று மரபுகளை இழந்து வருகின்றார்கள். தொல்குடி பண்பாட்டின் தன்மையானது மெல்ல மெல்ல குறைந்து வருகிறது என்பதை அறியலாம்.

அவர்களுக்கென்று தனியான பண்பாடு இருந்தது. தற்போது சில அம்சங்கள் மறைந்துவிட்டன. இருளருக்கென்று சமய முறைகள் இருக்கின்றன. பழைய பண்பாடு மாறிக் கொண்டே வருகின்றது என்பதை முனைவர் சி. மகேசுவரன் மிகத் தெளிவாகக் குறிப்பிடு கின்றார். அந்தப் பதிவில் விளிம்பு நிலையாக்கம், தொழில்மயமாதல், புலப்பெயர்ச்சி, பழங்குடி மரபு அழிப்பு என்பதான தளங்களில் பழங்குடியினர் வாழ்வியல், இருள மொழிக்கென்று பண்பாட்டை ஒட்டிய வடிவம் இருக்கின்றது.

இன வரைவாளர் திரு. எஸ்கர்தர்ஸ்டன் ஆங்கில மூலத்தில் அமைந்த தென்னிந்திய குலங்களும் குடிகளும் தொகுப்பில் பல்வேறு இனக் குலங்களோடு இருள பண்பாட்டை மிகத் தெளிவாகக் கூறியுள்ளார். இன்று இருள பண்பாட்டிற்குள் சென்று இருந்த கூறுகள் மாறி சமய பண்பாட்டு நிலையில் இந்துமயமாதல் ஆகிக் கொண்டே இருக்கின்றது. பழைய பூர்வீக மரபு மாறிக் கொண்டே வருகின்றது.

இருள பண்பாட்டின் மற்றொரு முக்கிய கூறாக இருப்பது மொழி குறித்த கவனமாகும். இந்திய அளவில் ஆஸ்திரிய ஆசியக் குடும்பம், திபேத்திய பாரம்பரிய மொழிக் குடும்பம், திராவிட மொழிக் குடும்பம் என்பதாக அமைந்துள்ளது. அந்தமான் தீவில் வாழ்பவர்களும் இந்த மொழிக் குடும்பத்தில் அடங்குவர்.

இருள வழிபாட்டு முறையைப் பற்றிக் குறிப்பிடுகின்ற போது அவர்களின் வழிபாட்டைக் கூறியே ஆக வேண்டும். பல முக்கிய திருவிழாக்களை சிறப்பிக்கின்றனர். கன்னிமாரி, சித்திரை, வைகாசி மாதங்களில் விழா எடுக்கின்றனர். சாமி சிலைகளை குடிகளின் நடுவில் வைத்துதான் வணங்குகின்றனர்.

கன்னியம்மாவை சிறப்பிக்கும்போது கரகம் சோடனை செய்து கூட்டமாக தெருக்களில் பெண்கள் தாளம் போட்டும், பாட்டுகள் பாடியும் செல்கின்றனர். கடைசி நாளில் கூழ் ஊற்றி கரகத்தை தண்ணீரில் கலக்கி விடுகின்றனர்.

இருளர்களின் திருவிழா என்பது இருளர்களின் பாரம்பரியத்தை எடுத்துக்காட்டுவது மட்டுமல்ல, அது அவர்களின் கலாச்சாரத்தை நிலை நிறுத்த வைக்கச் செய்யும் செயலாம். இருளர்களின் பூர்வீகத்தை மீட்டுருவாக்கம் செய்யும் கொண்டாட்டம் ஆகும். இருள பண்பாட்டு, கலாச்சாரத்தில் சமய வாழ்வு முக்கிய பங்கு வகிக்கின்றது. சமவெளி இருளர்களின் தேவகனம் முக்கியமான ஒன்றாகும். தெய்வ வழிபாடு (இறந்த முன்னோர்) என்பது நீலகிரி இருளர்களிடம் பொதுவாக உள்ளது. அவர்கள் உருவ வழிபாடு செய்கின்றனர். தெய்வ வழிபாடும் திருமண முறை என்பதும் பல்வேறு வேறுபாடுகளைக் கொண்டுள்ளது. சமவெளியில் உள்ள இருளர்கள் இங்கு இருக்கும் சமூக அடையாளங் களை மெல்ல மெல்லத் தழுவுகின்றனர். ஆனால் மலைப் பகுதியில் வாழும் இருளர்கள் பழைய பண்பாட்டை தன்னகத்தே கொண்டுள்ள னர்.

இருள பழங்குடியினர் என்றாலே ஏதோ வனப்பகுதியில் வாழ்பவர்கள் என்றும், நாகரீகம் அடையாத வாழ்க்கை முறையைக் கொண்டவர்கள் என்ற தவறான கண்ணோட்டம் இருக்கின்றது. இது முற்றிலும் தவறு. காரணம் அவர்களுக்கு என்று தனித்த வாழ்க்கை முறை , மொழி, குடும்ப வாழ்க்கை போன்றவற்றால் இணைந்த இருள பண்பாட்டு வாழ்க்கை முறை இருக்கின்றது. இருள மக்கள் தங்கள் ஊர்களை 'பதி' என்று அழைக்கின்றார்கள். ஒவ்வொரு வருடமும் அவர்கள் மூதாதையர் பண்பாட்டை நிலை நிறுத்தி, கன்னியம்மனை வழிபட மாமல்லபுரம் வந்து திருவிழா கொண்டாடுவர். இது

இவர்களின் கலாச்சார விழாவாகும். மலையில் வாழும் இருளர் களுக்கென்று இறந்தபின் மறுவாழ்வு இருப்பதாக நம்புகின்றனர். இறந்த இருளர்களைத் தெய்வங்களாக வழிபடுவர். இருளர்களை பூசாரி என்று அவர்களாகவே அழைத்துக் கொள்கின்றனர்.

இருள பண்பாடு என்பது சிறந்ததாகக் கருதப்படுகின்றது. அன்றாட வாழ்க்கை, உறவு முறைகள், விவாகம், பிள்ளை வளர்ப்பு, மரணம், உணவு வகைகள், ஆடை ஆபரணங்கள், வைபோகங்கள், சடங்குகள் போன்றவைகளின் மூலம் இவர்களின் பண்பாட்டையும் அதன் செய்முறையையும் அறிந்து கொள்ளலாம். பொதுவாக எந்த பண்பாட்டிலும் இரண்டு விதமான கூறுகள் உள்ளன.

1) வாழ்க்கை முறை

2) பெறுமானங்கள் இவற்றிற்கு இடையே பெரிய தொடர்பு உண்டு.

இருளர்கள் பின்பற்றும் இருள பண்பாட்டில் சிறப்பானது மருத்துவமாகும். இது மூலிகைகளைக் கொண்டு குணப்படுத்தும் மருந்தாக உள்ளது. இது அவர்களை பரம்பரை பரம்பரையாக பின்பற்றும் மருத்துவமுறையாகக் கருதப்படுகின்றது. எனவே இருள பண்பாடு என்றும் இருளர்களின் வாழ்க்கை நிலையைப் பேணுவதாக உள்ளன. நாகரிகத்தின் முன்னோர்கள் இவர்களே ஆவார்.

இந்திய துணைக் கண்டம் முழுவதும் இருளர்கள் பரவி இருந்தார்கள் இன்றும் பல இனக் குழுக்களாக வாழ்ந்து வருகின்றனர். இவர்களின் பண்பாட்டு வளர்ச்சியில் மொழி இலக்கியம் முக்கிய பங்கு வகிக்கின்றது. இருளர்கள் வெடோய்ட் இன மக்கள் என்பதனை புரிந்து கொள்ள நாகரிகம் இருளர்களுக்கு ஏற்றதாக இல்லை. தங்களுடைய பண்பாட்டினை நிலை நிறுத்துவதில் அதிக கவனமாக இருக்கின்றனர். வழிபாடு, சடங்கு, சமய நம்பிக்கை போன்றவை பண்பாட்டில் பின்னிப்பிணைந்துள்ளது.

3.2 நம்பிக்கைகள்

இருளர்கள் நம்பிக்கை என்பது மிகச் சிறந்ததாகும். அவர்களின் வாழ்க்கை என்பது பெரும்பாலும் நம்பிக்கையிலே செல்கின்றது. இருளர்களின் நம்பிக்கைகளுக்குப் பின்னால் ஒரு பின்புலம் இருப்பதை அறியலாம். கன்னியம்மன் மீது கொண்ட நம்பிக்கை மிகச் சிறந்த தாகும். எந்த செயலைச் செய்யும் முன்பு குறி கேட்ட பின்புதான் தெய்வத்தின் மீது நம்பிக்கை வைத்து வேலையை ஆரம்பிக்கின்றனர். இவர்கள் இயற்கை மீது அதிக நம்பிக்கை கொண்டவர்களாக உள்ளதற்குக் காரணம் இயற்கையோடு இணைந்து வாழ்வதுதான். மற்ற

சமூகத்தினரிடம் உள்ள நம்பிக்கை இவர்களிடமும் காணப்படுகின்றது. நல்லது கெட்டது இருளர் தெய்வமே காரணம் என நம்புகின்றனர். குழந்தை பிறக்கும் போது கன்னியம்மா பெயரைச் சூட்டுகின்றேன். பிரசவம் நன்றாக நடைபெற வேண்டும் என்றே நம்பிக்கை வைக்கின்றனர். வீட்டில் யாராவது வீட்டை விட்டு வெளியில் சென்றால் பத்திரமாக திரும்பி வர வேண்டுமென நம்பிக்கை கொள்கின்றனர். இதே போல் வேட்டைக்குச் செல்லும் போது இதே முறையையே பின்பற்றுகின்றனர்.

சிகாரிச் செல்லும்போது இறந்த முன்னோர்கள் மேல் நம்பிக்கை வைத்துச் செல்கின்றனர். உச் என்று சத்தமிட அனைவரும் உடனே எழுந்திருப்பர். காலம் தாழ்த்துபவருக்கு வேட்டையே கிடைக்காது என நம்புவர். விலங்குகள் மீது நம்பிக்கை வைத்துள்ளனர். இருளர்கள் திங்கட்கிழமை தீப்பட்ட நாளென்றும் இந்த நாளை நெருப்பு நாளென்றும் கூறுவர். புதன்கிழமை புற்றில் இருக்கும் பாம்பு வெளியே வராது என்றும் நம்புகின்றனர். இருளர்களின் நம்பிக்கை மிகச் சிறந்த ஒன்றாகக் கருதப்படுகின்றது.

3.3 இருளர்களின் கலை

இருளர்களுக்கென்று கலை வடிவம் உள்ளது. இது இவர்களின் கலாச்சாரத்தோடு ஒன்றியது ஆகும். அவர்களுக்கு மொழி இசை உள்ளது. ஆடல், பாடல்களில் காதல் ரசம் தூக்கலாக இருக்கும், இன்றைய வெளி மனிதரைக் காட்டிலும் இவர்களிடத்தில் பாலின சமத்துவம் அதிகம் உள்ளது. கடினமாக உழைத்து, வீடு சமைத்து உணவருந்திய பின் அனைத்துக் குடும்பங்களும் ஓரிடத்தில் அமர்ந்து இவர்களது இனப் பாடலைப் பாடி நடனம் ஆடுவர். பாட்டை எவர் வேண்டுமானாலும் பாடுவர். அதே போல் ஆட்டம் எவர் வேண்டுமானாலும் ஆடுவர். ஒவ்வொரு குடும்பத்திலும் ஜால்ரா, மேளம் போன்ற இசைக் கருவிகள் வைத்துள்ளனர். இவர்களுக்கு மேடை என்பது நடுத்தெருவும், திண்ணையும் தான்.

மாமல்லபுரத்தில் சித்திரை திருவிழாவில் ஒன்று கூடுவர். கடற்கரையில் பவுர்ணமி நிலவில் கூட்டம் கூட்டமாக தங்கள் உற்றார் உறவினர்களுடன் கூடியிருந்த பழங்குடி இருளர்கள் தங்களின் பாரம்பரிய நடனங்களை ஆடியும் பழங்குடியினர் பாடல்களைப் பாடியும் மகிழ்வர்.

இருளர்கள் கலை உணர்வில் சிறந்து விளங்குபவர்கள், ஆடல் பாடல்களில் தனித்துவம் பெற்றவர்கள், இசைக் கருவிகளே இல்லாத இருளர்கள் இல்லை எனலாம். கோயம்புத்தூர், நீலகிரி ஆகிய

மாவட்டங்களில் வாழ்கின்ற இருளர் என்ற மலை இன மக்கள் தை பொங்கலின் போது குரங்கு, புலி போன்ற விலங்குகளின் வேடமிட்டு ஆடுவர். இவ்வாட்டத்தில் ஆண்கள், பெண்கள் இருவரும் இணைந்து ஆடுவதில்லை. இவ்வாட்டமானது சூழலுக்கு ஏற்ப வேகமாகவும், மெதுவாகவும் ஆடப்படும். பெண்கள் தங்கள் கைகளை அசைத்து ஆடும் இவ்வாட்டமானது மிகவும் அழகு மிகுந்த ஒன்றாகும்.

இருளர்களின் கலை வடிவம் மற்றவர்களிடமிருந்து வேறுபட்ட தாகும். மேலும் அற்புதமான கலை வடிவம் அவர்களுக்கு என்று உள்ளது கிராமிய நாடகம், நடனம் இருக்கின்றது. இது இவர்களை மேன்மையாக அடையாளப்படுத்துகின்றது. அவைகளாவன சின்சு ஆட்டம், கொம்பாட்டம், திபண்ட் ஆட்டம், புலியாட்டம், குச்சி ஆட்டம் மேலும் சிலம்பாட்டம் போன்றவைகளாகும். சிருலா கிராமிய பாடலும் வேட்டையாடுதல் நாடகமும் ஒவ்வொரு வருடமும் அவர்கள் கிராமத்தில் கன்னியம்மன் திருவிழாவின் போது நடைபெறுகிறது. குறி சொல்வதில் சிறந்து விளங்குபவர்களாக இருப்பதால் அதைச் செய்கின்றனர்.

ராபர்ட் ரெட்பீல்டு என்ற மேல்நாட்டு அறிஞர்தான் வரையறுத்துள் ளார். ஒரு சமூகம் என்பது சிறியதாகும். அதன் வடிவத்திலே சிறந்து விளங்குகின்றது. கோயமுத்தூர், நீலகிரி ஆகிய மாவட்டங்களில் வாழ்கின்ற இருளர் மக்கள் தை பொங்கலின் போது குரங்கு, புலி, கரடி போன்ற விலங்குகளின் வேடம் புனைந்து ஆடுவர். இவ்வாட்ட மானது மிகவும் அழகு மிகுந்த ஒன்றாகும்.

மண்ணின் மைந்தரான இருளர் பழங்குடியினர் கோவில் சுற்றி வெளியில் வழிபடத் தொடங்கினர். கோவில் கருவறைக்குள் முன்பாக அமர்ந்து வழிபடும் மரபுரிமையை வலிந்து தக்க வைத்துக்கொண்டு வருகின்றனர். இருப்பினும் தங்கள் இனக்குழு வரலாற்றை வாய்மொழியாக மரபு ரீதியில் நினைவு கூர்ந்து பஜனைப் பாடல் பாடி இசைப் போராக மாற்றி கலைகளை வெளிப்படுத்துகின்றனர்.

3.4 இலக்கியம்

மலைகளில் வாழும் இருளர்களின் இலக்கியம் வாய்மொழி இலக்கியம் ஆகும். இவைகள் எழுத்து வடிவில் இல்லாதவையாகும். இருந்தாலும் இலக்கியங்களை பேணிக் காத்து வருகின்றனர். இலக்கியம் இவர்களின் வாழ்வில் முக்கிய பங்கு வகிக்கின்றது. இருளர்களின் இலக்கியம் அவர்களின் வாழ்க்கை நிலையை எடுத்துரைக்கின்றது. இவைகள் அந்த மக்களின் கற்பனைத் திறனை

காட்டுகிறது. அவைகளான கதைகள், நாட்டுப்புறப் பாடல்கள், விடுகதைகள், பழமொழிகள் முதலியவை ஆகும்.

இருளர் பாடல்களிலும் சிறந்து விளங்குகின்றனர். ஏராளமான நாட்டுப்புறப் பாடல்களை கொண்டுள்ளனர். இருளர் இலக்கியத்தில் இருளர் ஆட்டமும் முக்கிய பங்கு வகிக்கின்றது. காதல் பாடல்கள் ஒப்பாரிப்பாடல்கள், இயற்கை வருணைப்பாடல் போன்ற பாடல்கள் முக்கிய பங்கு வகிக்கின்றது. இவைகளை இருளர் மேன்மேலும் மெருகேற்றுகின்றனர்.

3.4.1 வாய்மொழி இலக்கியம்

நீலகிரிமலையில் வாழும் மலைநாட்டு இருளர்களின் இலக்கியம் வாய்மொழி இலக்கியம் ஆகும். இவர்கள் இலக்கியம் ஏட்டில் ஏறாதவைதான் எனினும் தங்கள் இலக்கியங்களை கர்ணபரம் பரையாகப் போற்றி வருகின்றனர். இவ்வாய்மொழி இலக்கியங்களில் இருளர் வாழ்வின் உண்மை நிலையையும் அவர்கள் இலக்கிய உத்திகளைக் கையாளும் முறையையும் சிந்தனைப் போக்குகளையும் கற்பனைத் திறனையும் காணமுடிகிறது. கதைகள், நாட்டுப் பாடல்கள், விடுகதைகள், பழமொழிகள் ஆகியவைதான் இருளரின் நாட்டு இலக்கியம் ஆகும். இருளர்கள் பாடல்களிலும் சிறந்து விளங்கு கின்றனர். இவர்கள் இலக்கியத்தின் மிக முக்கியமான கூறாகக் கருதப்படுவது நாட்டுப்பாடல்களே ஆகும்.

இருளரிடம் நூற்றுக்கணக்கான நாட்டுப் பாடல்களே உள்ளன. சிறிதும் பெரிதுமாக உள்ள பல்வேறு வகையான பாடல்கள் இவர்கள் வாழ்வின் பல்வேறு கூறுகளையும் உண்மை நிலைகளையும் காட்டிநிற்கின்றன. தம் மொழிப் பாடல்களைவிட படகமொழி நாட்டுப் பாடல்கள் இவர்களை மிகுதியாக ஆட்கொண்டுள்ளது. படகமொழியைப் பேசுவதும் படக மொழிப் பாடல்களைப் பாடுவதும் தான் உயர்வு என்ற எண்ணம் இவர்களிடையே காணப்படு கின்றது.

பிற இனத்தவர்முன் தம்மொழியைப் பேசுவதும் தம்நாட்டுப் பாடல்களைப் பாடுவதும் இழிவு என்ற தாழ்வு மனப்பான்மை யுடையவர்கள் இருளர்கள். இந்தத் தாழ்வு மனப்பான்மை இருளர்களின் இலக்கியத்தின் வளர்ச்சியில் நாட்டுப் பாடல்களின் வளர்ச்சியை வெகுவாகப் பாதித்துள்ளது எனக் கூறினால் அது மிகையாகாது. இக்கட்டுரையில் இருளர் இலக்கியத்தின் சிறந்த கூறாகிய நாட்டுப் பாடல்களைப் பற்றி ஆய்வதே நோக்கமாயினும் இதுபற்றிப் பார்க்கு முன் இவர்கள் ஆடல் பற்றியும் சிறிது பார்ப்போம்.

3.5 இசை

சுரை குடுவாயின் இருபுறம் ஓட்டையிட்டு இசைக்கருவியாக உருமாற்றினார்கள் இதைத்தான் மகுடி என்கிறோம். பகலெல்லாம் காடு, மேடு, வயல் என்று திரிபவர்களுக்கு கலை முக்கிய பங்கு வகிக்கின்றது. இவரது சாப்பாட்டிற்கு பிரபு தப்பை, தட்டுகளில் தாளமிட்டு தாளமிட்ட படி பாடி மகிழ்வர். இசை பாடல் என்றால் நேரம் காலம் போவதே தெரியாது. விடியற்காலை வரை பாடியும் இசைத்தும் மகிழ்வர். இவர்கள் இசை வடிவம் உருவாகியது விசித்திர மாகும். இதனை பாணர்கள் இசை வடிவம் அல்லது பண்டாரம் என்று அழைக்கின்றனர்.

போர் முனையில் சங்கு ஊதி போரை ஆரமித்து வைப்பார்கள். இருள் வந்தால் போரை முடிவுக்குக் கொண்டு வருவதும் இவர்களே. இவர்களின் போர்கள் பாணர்கள் என்றும் அழைக்கப்படுகிறது. இருளர்களைப் பொறுத்தவரை இசை பிரிக்க முடியாத ஒன்றாகும் வாழ்வின் ஒவ்வொரு பாகத்திலும் இசை முக்கிய பங்கினை வகிக்கின்றது. இசைப்பது அவர்களுக்கும் ஓர் அனுபவம் ஆகும். மேலும் அது ஒரு சொன்னாப்பர் ஆகும். வழிபடுவதற்கு இசை, கேளிகைக்கு இசை, காதலுக்கு இசை போன்றவையாகும்.

மேளம் கொட்டி தளங்களில் இசையை வெளிப்படுத்துவார்கள். கலையுணர்வும், இசை உணர்வும், கவித்துவமும் இவர்களிடம் அதிகம் உள்ளது. இசை தான் இருளர்களின் தொழில் வாழ்வாகவும் இருந்தது. தோல் கருவிகளையும், உலோக கருவிகளையும் பயன் படுத்தினர். இவர்களின் பாடல்களாக இருக்கட்டும், நம்பிக்கையாக இருக்கட்டும் ஆனால் மரபு கெடாமல் இன்றளவும் பாதுகாத்து வருகின்றனர். இருளர்களின் இசைக் கருவிகளான கடிமெ, பொரே, தம்பட்டோ, புகரி, நாகசுரம், குவாலு போன்றவற்றை இவர்களே தயார் செய்கின்றனர்.

இசை என்பது இருளர் மக்களிடம் இரண்டறக் கலந்த ஒன்றாகக் காணப்படுகின்றது. இவர்களின் இசை பிறப்பு இறப்பு போன்றவற்றில் முக்கிய பங்கு வகிக்கின்றது. அவர்களுடைய வாழ்வியல் சடங்குகளில் இசை இருக்கும் இது நடனத்தோடு இணைந்ததாக இருக்கின்றது. இசைப்பது அவர்களின் சடங்காக உள்ளது. கோரிக்கைகளுக்கு முக்கிய பங்கு வகிக்கின்றது.

இன்பம் துன்பம் ஆகிய இரண்டிற்கும் இசை தேவைப்படுகின்றது. இருளர்கள் இசைக்கருவிகளைப் பயன்படுத்துவதில் வல்லவர்கள் ஆவர். இவர்கள் பயன்படுத்தும் தோற்கருவிகள் துளைக்கருவிகள் என்ற இருவகைக் கருவிகள் உள்ளன. இவர்களின் அனைத்து

சடங்குகளிலும் பயன்படுத்தப்படுகின்றது. தோல்கருவிகள் கடிமெ, பெரை, தம்பட்டோ, தளைகருவிகள், புகரி, நாகசுரம், குவாலு போன்றவையாகும்.

இவர்களின் இசையில் ஆட்டம் என்பது முக்கியமானதாகக் கருதப்படுகின்றது. மங்கல விழாக்களிலும் துக்கடான விழாக்களிலும் ஆடுவர். இவர்கள் ஆட்டம் போடுவதால் மகிழ்ச்சி அடைகின்றனர். இவர்களின் ஆட்டம் தனிச்சிறப்பு வாய்ந்ததாகும். ஆடும்போது இசைக்கருவிகள் வாசிக்கப்படுகின்றன. இசைக்கப்படுகின்ற ஒசைக்கேற்ப ஆடுவர். ஆண்கள் பெண்கள் இருவரும் இணைந்து கூட ஆடுவர். ஆடவர், பெண்கள் மற்றும் சிறார் ஆகியோர் தனித்தனி வட்டங்களாகக் குழுமி இசைக்கு ஏற்றவாறு ஆடுவர்.

இசையை இசைத்து ஆடும்போது மட்டற்ற மகிழ்ச்சி அடைகின்றனர். மாசிமாதத் திருவிழாவில் இசை இசைத்து ஆடுவதோ மிகப்பெரிய அருமையாகும். பார்ப்பதற்குக் கண்கொள்ளா காட்சியாகும். சிறியவர் பெரியவர்கள் போக்கைப் பின்பற்றி ஆடுவர். மத்தள ஒலிக்கு ஏற்ப ஆடுவர். இருளர்கள் இசை என்பது நடனம் ஏற்படுத்தக் கூடிய அளவில் இருக்கும். இசை நயம் என்பது இருளர்கள் இசையில் அதிகமாக இருக்கும்.

3.6 இருளர் ஆட்டம்

இருளர்கள் தம் ஆடலை ஆட்ட என்று தம்மொழிச் சொல்லால் குறிக்கின்றனர். மங்கல விழாக்களிலும் மங்கலச் சடங்குகளிலும் இழவுச் சடங்குகளிலும் இருளர் கூட்டமாகச் சேர்ந்து ஆடுவர். இருளர் ஆடல் ஆடுவதில் மட்டமற்ற மகிழ்ச்சி கொள்கின்றனர். இருளர்களின் ஆடல் தனித் தன்மை வாய்ந்தது. ஆடல் ஆடும்பொழுது யாரும் பாடு வதில்லை. இசைக் கருவிகள் இசைக்கப்படுகின்றன. இசைக்கப்படு கின்ற மத்தள ஓசைக்கும் குழலிசைக்கும் ஏற்ப இருளர்கள் ஆடல் ஆடுவர். ஆடவர் பெண்டிர் மற்றும் சிறார் ஆகியோர் தனித் தனி வட்டங்களாகக் குழுமி இசைக்கருவிகள் இசைப்போரைச் சூழ்ந்து நிற்பர். இங்ஙனம் சூழ்ந்து நிற்கும் மாந்தர்தம் கரங்களை மேல்நோக்கி உயர்த்தியும் முகத்திற்கு நேராக அசைத்தும் பின்னர் குறுக்கு நெடுக்காக அசைத்துக் கீழ் நோக்கித் தாழ்த்தியும் ஆடுவர். நேராக நிமிர்ந்து அசைவுகளை விறுவிறுப்புடன் அசைக்கின்றனர்.

பெண்கள் தம் கரங்களைத் தோள்மட்டத்திற்கு உயர்த்தி உள்ளங்கையை விரித்த வண்ணம் இப்புறமும் அப்புறமாக மணிக் கட்டை சுழற்றி ஒரு சந்த நெறிக்குட்பட்டுக் கைகளை வீசி ஆடுகின்றனர். குழந்தைகள் பெண்களின் ஆடல் போக்கை

பின்பற்றுவர். இவ்வாறு ஆடுகையில் அவரவர் வட்டத்திற்குள் மத்தள ஒலிக்கு ஏற்பக் காலடிகளைப் பலவகையாக வைத்து சூடுவர். இழவுச் சடங்குகளின்போது ஆடும் ஆட்டங்களில் சோக கீதங்களை இசைப்பர். புதிதாக இவ்வாட்டங்களை இரவு நேரங்களில் காணும்போது பார்ப்பவர்களை அவை பரவசமடையச் செய்யும். இருளர்கள் ஆடும் ஒருவகை ஆட்டம் அரக்கொடுல ஆட்டம் எனப் பெயர்பெற்று வழங்குகிறது.

இருளர் ஆட்டம் ஆடும் இருள மக்கள்

3.7 சமய வாழ்வு

சமவெளி இருளர்களின் வாழ்வியல் முறையில் சமய வாழ்வு என்பது முக்கியமானதாகும். சமவெளி இருளர்கள் தேவகனம் என்ற முறையைப் பின்பற்றுகின்றனர். முன்னோர் தெய்வ வழிபாடு (இறந்தவர்) என்பது நீலகிரி இருளர்களின் சிறப்பிற்குரியதாகும். இறந்த இரண்டாம் நாள் மெருகேற்றப்பட்ட கல்லை வைத்து வழிபட்டு பின்பு கோவிலாகவே கும்பிட ஆரம்பித்து விடுகின்றனர். ஆதி வடிவ வழிபாடு இருளர்கள் மத்தியில் இருக்கின்றது. இது ரங்க வழிபாடு ஆகும். இருள பூசாரி தான் விஷ்ணுவிற்கு பூசாரியாக இருக்கின்றார். இன்று நிறுவன சமயங்களில் காணப்படக் கூடிய ஆதி விஷ்ணு வழிபாட்டு முறையும் இருக்கின்றது. மேலும் இனத் தெய்வமான கன்னியம்மன் பெயர், பட்டம் கொடுத்த தெய்வம், மாலையிட்ட தெய்வம் (விரும்பிய கண்ணிமார்). காவல் தெய்வம் (காட்டு

விலங்குகள்), கஷ்ட தெய்வம் ஆக ஆதிபரா சக்தி, முருகன் இன்னும் பிற பல ஆய்வுகளில் தெரிகின்றது. இதனை தேவகனம் என்று கூற வேண்டும். ஒவ்வொரு வழிபாடும் ஒன்றுக்கொன்று தொடர்புடையது. இருளர்கள் ஏதோ ஒரு வகையில் சமயத்தில் தொடர்பு உடையவர்களாக இருக்கின்றனர். எனவே சமவெளி இருளர்களின் சமயவாழ்வு என்பது மிகவும் வலிமையான ஒன்றாகும்.

3.8 இருளர் திருவிழா

இருளர்கள் திருவிழாக்களை கொண்டாடுகின்றனர். விழாக்கள் மக்களின் மகிழ்ச்சி நிலையைப் பிரதிபலிக்கின்றன. இது மக்களை ஒருங்கிணைப்பு செய்கின்றது. ஆண்டு முழுவதும் உழைத்தவர் சோர்வுகளைய திருவிழா கொண்டாடப்படுகின்றது. செங்கல் சூளையிலும், ரைஸ்மில்லிலும் வேலை செய்பவர்கள் சொந்த ஊர் செல்ல வாய்ப்பாக அமைகின்றது. ஆண்டிற்கு ஒருமுறை தங்களைக் காத்து வழிநடத்தும் தெய்வங்களை நினைத்துப் பார்க்க வாய்ப்பாக அமைகின்றது. நேர்த்திக் கடன் செலுத்தவும் திருவிழாக்களை கொண்டாடுகின்றனர். விழா என்ற சொல் விழித்திருந்து பார்த்தல் என்பதன் அடிப்படைச் சொல்லாகக் கருதலாம்.

ஆதாரம்: தமிழர் பண்பாட்டில் இருளர் குல மரபுகள் தேவகி

3.8.1 இனத் தெய்வத் திருவிழா

இது தங்களுடைய இனத் தெய்வத்திற்காகக் கொண்டாடும் திருவிழா ஆகும். இது ஆடி மற்றும் சித்திரை மாதங்களில் விழா எடுக்கின்றனர். விழாவிற்கு பணம் அனைவரிடமிருந்தும் வசூல் செய்யப்படும். ஊர்த்தண்டுதல் நடைபெறும். அதாவது, அனைவரிடமும் சென்று நெல், அரிசி, கேழ்வரகு ஆகியவற்றைப் பெறுதலே இவ்வாறு அழைக்கப்படுகின்றது. இவ்விழா தங்களுடைய தேவைகளுக்கு தீர்வு கிடைக்கும் என நம்புகின்றனர். கிடைத்த தீர்வுக்கு நன்றிக் கடன் செலுத்தவும் வருகின்றனர்.

ஏழு ஊர் சுற்றி கன்னியம்மனுக்கு விழா எடுக்கின்றனர். ஊரில் உள்ள நாட்டாமை போன்றவர்களை திருவிழாவிற்கு வர வேண்டும் என வரவேற்பர். அதே ஊரில் உள்ள இருளர்கள் காப்புகட்டி விட்டாகி விட்டது. அனைவரும் திருவிழாவில் கலந்து கொள்ள வேண்டும் என அழைப்பர். கொடிமரம் முதலில் நடுவர், இதையே காப்புகட்டிய முதல் நாள் என்று அழைப்பர். பின் பந்தல் அமைப்பார்கள். அப்பந்தலைச் சுற்றிலும் ஏழு செங்கற்களை நட்டு அதில் மஞ்சள்பூசி, குங்குமம் வைத்து வெற்றிலைப்பாக்கு, வாழைப்பழம், தேங்காய் போன்றவற்றைப் படையல் செய்வார்கள். சனிக்கிழமை அம்மனாக

நினைத்து கரகத்தை ஒருவர் தூக்கிக் கொள்ள முதல் குறி சொல்லிய திசையில் செல்கின்றனர். ஆண்டு தோறும் விழா எடுக்கின்றனர். இரண்டு மூன்று நாள் ஏழு ஊர்களையும் சுற்றி வருகின்றனர்.

பெரும்பாலும் இருளர்களின் ஒவ்வொரு குடியிருப்பிலும் கன்னியம்மன் ஒன்றை வைத்து வழிபடுவர். இது ஏரிக்கரை வேப்பமரத் தடி போன்ற இடங்களில்தான் சாமிசிலை அமைந்து இருக்கும். இருளர்கள் ஆவி ஆன்மா போன்றவற்றில் நம்பிக்கை யுடையவர்கள். மாரியம்மன், காளி, சாடி, பத்ரகாளி போன்ற தெய்வங்களையும் வழிபடுவர். விழாவில் ஆடல், பாடல் போன்றவை இருக்கும் வைகாசி விசாகப் பவுர்ணமியைச் சிறப்பான விழா நாளாகக் கொண்டாடுகின்றனர்.

சாமி சிலைகள் அமைந்திருக்கும் ஒவ்வொருவரின் குடிசைக்கு அருகில் சிறிய குடிசை கட்டி அதில் ஏழு செங்கற்கள் நட்டு வழிபடுகின்றனர். செங்கற்களையும் தெய்வமாக வழிபடுவர். காவல் தெய்வத்திற்கு சந்தனம் பூசி, குங்குமம் இட்டு வழிபடுவர். அம்மன்பலகையும், தூக்குக் கரகமும் ஓரிரண்டடி கத்தியும், சரடு மலையும், தாம்பூல தட்டு வைக்கப்பட்டிருக்கும் கரகம் சோடித்த பின் சாமி கும்பிடுவர்.

3.8.2 மாசிமாதத் திருவிழா

இருளர்களின் முக்கிய திருவிழாவான மாசி மாதம் திருவிழா மிகச் சிறந்ததாகும். ஆண்டு தோறும் மகாபலிபுரத்தில் கொண்டாடப் படுகிறது. மாசிமாதம் முழு பௌர்ணமி நிலவு அன்று தமிழகத்தில் பல்வேறு பகுதிகளிலிருந்து ஒன்று கூடி பாரம்பரிய பாடலைப் பாடி நடனமாடி விடியற்காலையில் கடலில் நீராடி கற்பூரம் தீபத்தில் இருளர் மக்களின் குல தெய்வமான கன்னியம்மாவை வணங்குவர். நாடோடியாக சமுதாயத்தில் ஒதுக்கப்பட்டவர்களாக உள்ள இருளர் மக்களின் பாரம்பரிய கலாச்சார விழாவாக இவ்விழா கொண்டாடப் படுகிறது.

கன்னிகளுக்கான வழிபாட்டு நெறிமுறைகள்

இருளர்கள் கன்னிகளை வணங்கும் பொழுது சில நெறிமுறை களைக் கடைபிடிக்கின்றனர். கன்னிகள் திருவிழாவைச் சித்திரை, வைகாசி, ஆடி மாதங்களில் வழிபடும் இவர்கள் வெள்ளிக் கிழமைகளிலேயே விழா எடுக்கின்றனர். விழுப்புரம் மாவட்டத்தில் உள்ளவர்கள் சித்திரை மாதங்களிலேயே திருவிழா நடத்துகின்றனர். காஞ்சிபுரம் மாவட்டத்தைச் சார்ந்தவர்கள் ஆடி மாதங்களில் வரும் ஐந்து வாரங்களில் ஏதாவது ஒரு வாரத்தில் கொண்டாடுகின்றனர்.

ஆதாரம் தமிழ்பண்பாட்டில் இருளர்குல மரபுகள், பா. தேவகி.

கன்னிகள் வழிபாட்டில் சந்தனமும், துள்ளுமாவும், அரைமாவும் முக்கிய இடம் வகிக்கின்றன. கன்னிகள் வழிபாட்டில் மஞ்சள் இடம் பெற்றாலும் தீட்டுகளைக் கழிக்க சந்தனம் கலந்த தண்ணீரையே அருள் இறங்கிய பூசாரியின் மீதும், படையல் பொருட்கள் மீதும், அருகில் உள்ளவர்கள் மீதும் தெளிக்கின்றனர். மஞ்சள் கலந்த தண்ணீர் இடம் பெறவே கூடாது அதே போன்று விலங்கினைப் பலியிடுதல் இல்லை.

அதே போன்று குழந்தைக்கு சரமுடி (தலைமுடி) எடுக்கும் வரையில் முத்தம் கொடுக்கக் கூடாது, அலங்காரம் செய்யக்கூடாது, சீப்பால் தலைவாரவோ, பொட்டு வைக்கவோ, பவுடர் போடவோ கூடாது.

காப்புக்கட்டத் தொடங்கி திருவிழா முடியும் வரையில் பூசாரி அல்லது நடுவீட்டுக்காரர் என்கிற நிலவீட்டுக்காரர் துணிபோட்டு நடுவீட்டில் படுத்துக் கொள்ளவேண்டும். வேட்டையாடிய இறைச்சியினை உண்ணக் கூடாது. பால், பழம் மட்டுமே உணவாக உண்ண வேண்டும். கன்னிகளுக்குப் படையலிட்டு வணங்கிய பின்னரே மற்ற தெய்வங்களுக்குத் திருவிழா எடுக்க வேண்டும்.

இந்தக் கன்னியின் அருளால் குழந்தை பிறந்து கன்னியம்மா என்று குழந்தைகளுக்குப் பெயர் பட்டம் கொடுத்து விட்டால் அந்தக் கன்னியின் வழிபாட்டின்போது சரமுடி (தலைமுடி) எடுத்து மொட்டை அடித்தல் வேண்டும். இதற்கு முன் மொட்டை அடித்தல் கூடாது. மேற்குறித்தபடிதான் இனத் தெய்வத் திருவிழாவான அம்மன் திருவிழா காப்புக் கட்டி மிகச் சிறப்பாக இருளர்கள் வழிபாடு செய்கின்றனர் என்பதை அறிய நேர்கிறது.

ஆதாரம் தமிழ்பண்பாட்டில் இருளர்குல மரபுகள், பா.தேவகி 3.9

3.9 சமய வழிபாட்டு முறை

இருளர்களின் குலசாமி கன்னியம்மா சாமி ஆகும். நடுகல் போல இருக்கும் சாமியைத்தான் பூர்வீக காலத்தில் இருந்தே வழிபாடு செய்கின்றார்கள். இதைத் தவிர மாரியம்மன் வழிபாடும் வழக்கத்தில் உள்ளது. அவர்களில் குல சாமிக்கு கூழு ஊற்றி, கருவாடு, கத்திரிக்காய், முருங்கை, உருளைக் கிழங்கு போன்றவைகளைச் சமைத்து பூசை செய்து வழிபடுகின்றார்கள். இந்த உணவுக் கலவையை அவர்களின் குலசாமியைச் சுற்றி உள்ள நான்கு திசைகளில்?

மூன்று நாள்கள் மாமல்லபுரம் கடற்கரையில் இருளர் இன மக்கள் பலர் கூடி அங்கே கடலுக்குள் இருக்கும் கன்னியம்மா தெய்வத்தை

வழிபடுவர். கன்னியம்மாவை ஆயம்மா என்று அழைக்கின்றனர். தெய்வ நிலையில் வாழ்பவர்களை எல்லாம் பரம்பொருள் என்ற நிலையை இருளர்கள் இடத்தில் பார்க்க முடியாது. இவர்களிடத்தில் Pragmatic Relations என்ற பதம் இருப்பதைப் பார்க்கின்றோம். ஆனால் மலையில் வாழும் இருளர்களுக்கும் சமவெளியில் இருக்கும் இருளருக்கும் சமய வாழ்வு மாறுபட்டதாகவே இருக்கின்றது. இன்று இருளர்களிடத்தில் தனிநபர் மேம்போக்கு நடைபெற்றுக் கொண்டே இருக்கின்றது. தண்டறையில் கன்னியம்மாள் விழாவை கொண்டாடு கின்றனர். அதிக பக்தி கொண்டவர்கள் குறி சொல்லும் திறமையைத் தன்னகத்தே கொண்டுள்ளனர். இது இவர்களுக்கு மட்டுமே உரித்தான சிறந்த மரபாகும். சிலப்பதிகாரத்தில் குறி சொல்லல் கூட இது இருக்கின்றது. இருளர்களின் சமவாழ்வு இன்று தொடர்ச்சியாகப் பின்பற்றக் கூடியதாகும்.

இருளர்கள் வழிபாட்டின் தாக்கத்தை அதன் வழிபாடுகளின் மூலம் அறிந்து கொள்ளலாம். பெண்கள் போற்றும் சமூகம் இருளர் சமூகம் ஆகும். வழிபாட்டின் போது குறி சொல்லும் பழக்கமும் அவர்களிடத்தில் உண்டு. இதனை தெய்வவாக்காகக் கருதுகின்றனர். நடுகல் வழிபாடும் கொண்டுள்ளனர். இதை இருளர்களிடம் இருந்து தான் மற்ற சமூகமக்கள் பின்பற்றிக் கொண்டனர். தற்போது இல்லை. இப்போது சமாதி பூசை, குரு பூசை ஆகியவற்றை மேற்கொள்கின்றனர்.

பெண்களை எவ்வாறு தெய்வமாக வழிபடுகின்றனர் என்பதை இருள பழங்குடி மக்களிடம் இருந்துதான் அறிய வேண்டும். கன்னியம்மன் வழிபாடு என்பது பலருக்கு எடுத்துக்காட்டு ஆகும். இது பெண் அடிமை நிறைந்த நாகரிக மக்களுள் பெண்ணை வழிபட்ட இருளர்கள் சிறந்தவர்கள். ஒன்றுக்கு மேற்பட்ட தெய்வங்களை வணங்கும் முறை இருளர்களிடம் இருந்தாலும் கன்னியம்மா தெய்வம் தான் முதன்மையானது ஆகும்.

இருளர்கள் திருமாலையும் வணங்குவர். திருமாலைப் போல் நிறம் கொண்டதால் ரெங்கசாமி என்று பெயரிட்டு திருமாலை வணங்குகின்றனர். சிவனையும் வழிபாடு செய்வதுண்டு. சில இடங்களில் கூழ் வார்த்தலும் படையலும் ஆடி மாதங்களில் உண்டு. இருளர்கள் பொதுவாக சித்திரைத் திருநாளில் தான் சிறப்பாக அனைவரும் விழாக் கொண்டாடுவார்கள். கன்னிமார் பூஜையின் போது பருவம் எய்தும் நிலையில் இருக்கும் இளம் பெண்ணை கோயிலிலே உறங்கச் செய்வார்கள். வெறும் பால் பழம் மட்டுமே அவர்களுக்குக் கொடுக்கப்படும். ஒன்பதாம் நாள் அந்த பெண்ணை

நீராட்டி பூஜையில் கலந்து கொள்ளச் செய்வார்கள் அந்த இளம் பெண் தெய்வத்தன்மை பொருந்தி மாறி விடுவதாக நம்புகின்றனர்.

இருளர்களின் வழிபாட்டு முறையைப் பல்வேறு சமூகங்கள் பின்பற்றுகின்றனர். துர்க்கை அம்மன், கன்னியம்மன், எல்லையம்மன் போன்ற வழிபாட்டு முறையைப் பின்பற்றுகின்றனர். குலதெய்வத்தை வணங்கும் மனநிலை அவர்களிடம் அதிகமாக உள்ளது. பெண்களைத் தெய்வமாக மதிப்பார்கள். பண்பாட்டின் அடித்தளம் பெண்கள் என நம்புகின்றனர். இருளர்கள் தாய் வழி சமூகத்தை ஆதரிப்பவர்கள் ஆவார்.

நீலகிரி இருளர்களின் திருவிழாப் பற்றி ஹார்க்னெஸ் தந்துள்ள விவரங்கள்

இருளர்களின் கோயில் திருவிழாப் பற்றி ஹார்க்னெஸ் தந்துள்ள விவரங்கள் வருமாறு: ஆண், பெண், குழந்தைகள் ஆகிய அனைவருடைய தலைமுடியும் வைக்கோல் பிரிகளை மலைகள் போல் வைத்து விசித்திரமாக முடிச்சிடப்பட்டிருக்கும். இவர்கள் தங்கள் கழுத்து, காது, கணைக்கால் ஆகியவற்றையும் வைக்கோலால் ஆன அணிகளாலேயே அலங்கரித்துக் கொண்டிருப்பர். இவர்கள் தங்களுடன் உலர்ந்த கொட்டைகள் அல்லது சிறு கற்கள் இடப்பட்ட காய்ந்த சுரக் குடுக்கையினை உடன் எடுத்துச் செல்வர். நடக்கும்போது தங்கள் நடைக்கியைந்த லயம் உண்டாகும்படி அதனை ஆட்டி ஒலி எழுப்பியபடி நடப்பர். இவர்களுடைய கோயில் எனக் கூறப்படும் கூரைக் குடிசைக்கு முன் இவர்கள் நடனம் நடைபெறும். நடனம் முடிவடைந்த பின் தெய்வத்திற்கு ஓர் ஆட்டுக் கிடாயையும் மூன்று சேவல்களையும் அவற்றின் கழுத்தை வெட்டி பலியிட்டு அவற்றைத் தெய்வ உருவங்களின் காலடியில் இடுவர். அப்பொழுது கூடியுள்ள அனைவரும் தரையில் விழுந்து வணங்குவர்.

“கோயிலினுள் ஒரு முறம் அல்லது விசிறி உள்ளது. அது ‘சிறெ’யின் சின்னமாகலாம். அந்த விசிறிக்குக் கொஞ்சம் இடைவெளி விட்டு அதற்கு முன்னால் முன்பின்னாக இரண்டு கல் உருவங்கள் உள்ளன. அவற்றுள் ஒன்றினை மொசுகானி என்றும், மற்றதைக் கோனாடி மாரி என்றும் இவர்கள் அழைக்கின்றனர். எனினும் அவை கோயிலின் உட்பகுதியில் உள்ள விசிறிக்குத் தகுதியில் கீழ்ப்பட்டனவே”.

தமிழகத்தின் தொன்மையான கடவுள் சிவன் - சிவனி எனும் பெயர்கள் இருளர் பழங்குடியினரிடையே காணப்படுகின்றது. இவர்களின் கூற்றுகள் மிகச் சிறப்பாக இருக்கின்றது. பண்பாடு பற்றி

கா. சித்தமியின் விளக்கம், பண்பாடு என்பது உண்மையில் மானுட வியல் சமூகவியல் நிலைப்பட்ட ஒரு வாழ்வியல் களம்.

தங்கள் குல தெய்வமான கன்னியம்மாவையும், தொற்று நோய்களுக்குத் தெய்வமான மாரியம்மாவையும் இருளர் வழிபடு கின்றனர். நடுவில் ஒரு பானையை வைத்து நான்கு மூலைகளிலும் நான்கு பானைகளைச் சதுர அமைப்பில் மஞ்சள் நீர் நிரப்பி வைத்து அவற்றையே தெய்வமாக எண்ணி வழிபடுகின்றனர்.

இவற்றின் அருகே ஒரு விளக்கினை வைத்துப் பச்சரிசி, வெல்லம், அரிசிமாவு, வெற்றிலை, பாக்கு ஆகியவற்றைப் படைப்பர், வெள்ளைத் துணியொன்றினை மஞ்சள் நீரில் தோய்த்து மூங்கில் ஒன்றில் கொடியாக ஏற்றிக் குடியிருப்புக்கு அருகில் வெட்ட வெளியில் நிறுத்தி அதனையே மாரியாகக் கருதி அதற்குக் கோழிகள், ஆகியவற்றைப் பலியிடுவதோடு பொங்கல் முதலியவற்றையும் படைப்பர்.

பகுதி - 4
சமூகப் பொருளாதாரக் கல்வி - வாழ்வியல் கூறுகள்

4.1 சமூகக் கூறுகள்

சமூக ரீதியான வாழ்வியல் கூறுகள். பின் தங்கிய மக்களான இருளர்களிடம் இருக்கின்றது. அவர்களிடம் வறுமை, வேலையின்மை, எழுத்தறிவின்மை, குழந்தைத் திருமணம், கடன் தொல்லை போன்ற சமூக எதிர்மறை செயல்பாடுகள் இருக்கின்றன. இருளர்கள் மத்தியில் சமூக ஏற்றத் தாழ்வுகள் அதிகமாக இருக்கின்றது. இவர்களின் சமூக தரத்தை தீர்மானிக்கக் கூடிய வேலைவாய்ப்பு என்பது பெரும் சவாலாக இருக்கின்றது. தரமான வருமானம் பெறல் என்பது எட்டாக் கனியாக இருக்கின்றது. அடிப்படை தேவைகளைக் கூட நிறைவேற்ற முடியாத நிலையில் உள்ளனர். அடிப்படைத் தேவைகளான குடிநீர், பள்ளி, மருத்துவமனை, தரமான வீடு, மின்சாரம் போன்றவைகளைப் பெற முடியாமலே உள்ளனர்.

1976 ஆம் ஆண்டு வன பாதுகாப்புச் சட்டத்திற்கு பின்பு இவர்கள் வலுக்கட்டாயமாக அவர்களின் பூர்வீகத்தை விட்டு வெளியேறும் நிலை உள்ளது. இதனால் இவர்களின் பூர்வீகத்தை அழிக்கும் நிலைக்கு அவர்களின் வாழ்வு உள்ளது. இவர்களின் வாழ்வாதாரம் கேள்விக்குறியாகியுள்ளது. இவர்களின் பூர்வீக வாழ்விடம் என்பது சட்டத்திற்கு புறம்பானதாகக் கருதப்படுகின்றது. பெரும்பாலான இருளர்கள் சிறிய குடிசை வீட்டிலேயே உள்ளனர். அவை பனை ஓலையில் வேயப்பட்டுள்ளன. சில இருளர்களின் குடியிருப்புகளின் வீடுகள் சிமென்ட், மண்ணாலும் உருவாக்கப்பட்டுள்ளன.

இருளர்களின் குடியிருப்புகள் ஊருக்கு வெளியே அமைந்துள்ளன. அவர்களை கட்டாயப்படுத்தி ஊரிலிருந்து வெளியேற்றப்படுகின்றனர். சொந்தமான இடத்தைப் பெற்றுக் கொள்ளக் கூட அவர்களுக்கு உரிமை இல்லை. பெரும்பாலான கிராமங்களில் மின்சாரம் இல்லை, மக்கள் இன்னும் ஒருங்கிணைக்கப்படாமலே சிதறிக் கிடக்கின்றனர். அதிகப்படியான மக்கள் சமூக ரீதியாக ஒடுக்கப்பட்டவர்களாகவும்,

பொருளாதாரத்தை இழந்தும் உள்ளனர். சமூக ரீதியாக இவர்கள் இப்படித்தான் என்று முத்திரை குத்தி வைத்துள்ளனர். இதற்குக் காரணம் இருளர்கள் கல்வி பெறாமல் போனது ஆகும். பெரும்பாலும் எழுத்தறிவின்மை உள்ளது.

இருளர் பெண்கள் பல்வேறு நிலைகளில் அடக்கி, ஒடுக்கி வைக்கப்பட்டுள்ளனர். அதற்குக் காரணம் நடைமுறைப்படுத்தப்படும் ஆணாதிக்க வெறியே ஆகும். அவர்கள் கூட்டுக் குடும்ப முறையைத் தான் இதுவரை கடைபிடித்து வருகின்றனர். இருளப் பெண்கள் குடும்ப வன்முறையை எதிர்ப்பவர்களாக இருக்கின்றனர். இருளர் பெண்களுக்கு வேலைவாய்ப்பு பெறல் என்பது மிகவும் கடினமாக உள்ளது. அவர்களின் வாழ்விடம் என்பது மறைவை (இருட்டு) நோக்கிச் சென்று கொண்டு இருக்கின்றது. அவர்கள் வாழும் நிலத்தை குறைந்த விலைக்கு விற்கும் நிலைக்குத் தள்ளப்பட்டுள்ளனர். குழந்தைத் திருமணம் இருளர்கள் மத்தியில் அதிகமாக நடைபெறுகின்றது. இளம் பெண் காதல் வயப்படலாலும், குடும்ப வன்முறையினாலும், நிர்பந்தத்தின் கட்டாயத்தினாலும் இளம் வயது திருமணம் நடை பெறுகிறது. திருமணம் பெரும்பாலும் 12 வயதிற்குள், சொந்த உறவினர்களுக்குள் நடைபெறுகின்றது. அவர்களிடம் பலதார மணமும் நடைபெறுவது உண்டு. பொதுவாக பெண் கொடுத்து பெண்ணெடுத்தல் நடைபெறுகின்றது. உறவினர்களுக்குள்ளே அதிகம் நடைபெறு கின்றன. கிராமங்களில் தலைமைத்துவம் இன்மையால் அவரவர்களின் சொல்லை யாரும் கேட்பதில்லை

அவர்களின் வீடுகள் ஓடுகள் பரப்பப்பட்ட நிலையிலே உள்ளது. அதுவும் அரசாங்கம் கட்டிக் கொடுத்த வீட்டையே பெரும்பாலானோர் இன்றும் பயன்படுத்துகின்றனர். தற்போதுதான் ஒரு சில வீடுகளில் மின்சார இணைப்பு பொருத்தப்பட்டுள்ளது. குக்கிராமங்களில் இன்றளவும் மின்சாரம் இல்லை. வீடுகளில் காற்று செல்லவும்; வெளி காற்று வரவும் எந்த விதமான வழியும் இல்லாமலே உள்ளனர். வீடுகளில் தற்போது விரிசல் ஏற்பட்டு மிகவும் பாழான நிலையில் உள்ளது. இருளர்களின் வாழ்க்கை இன்று இருளிலே உள்ளது.

இருளர் பழங்குடிப் பெண்கள் மீது வன்கொடுமைகள் நிகழ்த்தப்படுகின்றன. சமூக ரீதியாக அவர்களுக்கு இருக்கும் முக்கிய பிரச்சினை நிலவுரிமையே ஆகும். பூர்வீகக் குடி மக்களுக்கு மண்ணுரிமை இல்லை என்ற நிலை உள்ளனர். சாதிச் சான்றிதழ் பெற முடியாமல் பல்வேறு இருளர்கள் துன்பப்படுகின்றார்கள். காரணம் சாதிச் சான்றிதழ் பெறுதல் என்பது எட்டாக் கனியாகவும் உள்ளது. இருளர் சான்றிதழ் மாவட்ட ஆட்சியர்களிடம் தான் பெற வேண்டும்

என்பதால் இவர்கள் இந்த இனத்தைச் சேர்ந்தவர்கள்தானோ என்னவோ என பல்வேறு குழப்பங்களால் உள்ளதால் எளிதில் பெறமுடிய வில்லை.

ஒவ்வொரு மனித சமுதாயம் சில உயர் பண்புகளை போற்றிப் பாதுகாத்தும் வளர்த்தும் வருகின்றது. ஆனால் வெறும் இலாப நோக்கோடு மட்டுமே செயல்படும் பெரும் பொருள் படைத்தோரிடம் உயர்ந்த பண்புகள் இல்லை. ஆனால் இருளர் சமூக வாழ்வில் அவர்களின் உயர்ந்த பண்புகள் மட்டுமே மேலோங்கி நிற்கின்றது.

இவர்கள் சிறிய சிறிய ஊர்களிலே வாழ்கின்றனர். இருளர் பழங்குடி மக்கள் தங்கள் ஊர்களை 'பதி' என்று அழைக்கின்றனர். பல்வேறு பெயர்களை இணைத்துக் கூறினாலும் இச்சொல் பதி என்றே வருகின்றது.

(ஆய்வு நூல் நஞ்சப்பன், பழங்குடியினர் பண்பாடு)

திருமண முறையில் பழங்குடியினரின் திருமணம் என்பது ஒருவனும் ஒருத்தியும் சேர்ந்து வாழ்தல்தான். தாலி கட்டும் பழக்கம் பெரும்பாலான பழங்குடியினரிடம் இல்லை. மற்ற சமுதாயத்தினைப் பார்த்து தாலிகட்டும் பழக்கத்தை அண்மைக் காலமாக சிலர் மேற்கொள்கின்றனர். இருளர் பழங்குடியினரிடையே நடக்கும் திருமணம் மிக எளிமையானது.

திருமணமாகும் மணமகன் மணமகள் இருவரிடமும் கிழங்கு தோண்டும் குத்தூசி (பாறைக்கோல்) ஒரு கோடரி, ஒரு மழு (மழுவு), சொரபுகுடை, ஒரு வயிற்று கற்றுத்துணி ஆகியவற்றைக் கொடுத்து ஒரு பாறைக்கோலை வழியில் கிடத்தி மணமக்களை வாழ்த்துவர். இவ்வாறு இவர்களின் திருமணம் நடைபெறும். எல்லோரும் இடம் விட்டு இடம் வந்து குடியேறியவர்கள் தான். அவர்களுக்கென்று பூர்வீகம் இதுதான் என்று சொல்ல முடியாது. இவர்கள் அந்நிய சக்திகளால் அதிகம் சுரண்டப்படுகின்றனர். இவர்களின் சமூகச் சூழலை பயன்படுத்தி சுரண்டல் வேலை நடக்கின்றது.

சரியான கழிவறைகள் இல்லை. திறந்த வெளியில் தான் செல்ல வேண்டிய கட்டாயம் உள்ளது. இதனால் சுகாதார கேடு ஏற்பட்டு பல நோய்கள் ஏற்பட வாய்ப்புகள் உள்ளன.

பலருக்கு குடி பழக்கம்; போதை பழக்கம்; சீட்டு விளையாடுதல் போன்ற கெட்ட பழக்கங்கள் உள்ளன. இதனால் வீட்டு பிரச்சினையும் உடல் கேடும் ஏற்படுகின்றது. காவல் துறை இவர்களைத் திருட்டு வழக்கில் போட்டு சிறையில் அடைக்கின்றனர். இதனால் பலர் பாதிக்கப்படுகின்றனர். சேமிப்பு பழக்கம் என்பது இருள பெண்களைத் தவிர வேறு இருள ஆண்களிடத்தில் இல்லை.

கிராம பஞ்சாயத்து தலைவர்களாக தற்போதுதான் ஒரு சிலர் உருவாகி இருக்கின்றனர். இதில் பெண்களின் பங்களிப்பு என்பது மிகவும் குறைவாகும். குடும்பத்தில் முடிவு எடுத்தலிலும் தேவையைப் பெறுவதிலும் இருள ஆண்கள் அதிக ஆதிக்கம் செலுத்துகின்றனர். சமூக ரீதியான பிரச்சினைகளை எதிர்கொள்வதில் இருளர்கள் அச்சப்படுகின்றனர்.

அரசு வழங்கும் இருளர்களுக்கான திட்டங்கள் மற்றும் சலுகைகள் பற்றிய எந்த விழிப்புணர்வும் இல்லை. ஒரு சில மக்கள்தான் பல முயற்சிகள் எடுத்து பயன்பெறுகின்றனர். அரசு வழங்கும் திட்டங்களைப் பெறுவதற்கான அடையாள அட்டைகள் இவர்களிடம் ஏதும் இல்லை. குடிமகனுக்கான அத்தாட்சி கூட பெரும்பாலோரிடம் கிடையாது.

4.2 பொருளாதாரத்தில் இருளர்களின் வாழ்க்கை நிலை

இருளர்களின் பொருளாதார வாழ்வு என்பது ஏழ்மையிலும் வறுமையிலும் உள்ளது. இவர்கள் பொருளாதாரத்தில் பின் தங்கியவர்களாக உள்ளனர். அதிகமானோர் வாழ்க்கை வறுமைக் கோட்டிற்குக் கீழ் உள்ளது. பொதுவாக இருளர்களிடம் வறுமை நிலை எல்லா மக்கள் மத்தியிலும் காணப்படுகின்றது. இன்றும் சிலர் எந்த சொத்தும் வைத்துக் கொள்ளும் நிலையில் இல்லை. சிலர் ஆடு, மாடு, கோழி வளர்ப்பதையே பொருளாதார முன்னேற்றத்தின் அளவு கோளாகக் கொண்டுள்ளனர். விவசாய நிலங்களில் கூலி தொழிலாளர்களே வேலை செய்கின்றனர். எந்த இருளரும் விவசாய நிலத்திற்குச் சொந்தம் கொண்டாடும் நிலையில் இல்லை. நகை அணிவது ஆடம்பர பொருள்கள் அணிவது என்பது மிகப் பெரிய கனவாக உள்ளது. அவர்களின் வீடுகளில் எந்த விலையுயர்ந்த பொருள்களும் இல்லை.

அன்றாட வாழ்க்கையை ஓட்டுவதே மிகப்பெரிய சவாலாக உள்ளது. அவர்களின் (Out Look) வெளித்தோற்றம் மிகவும் மோசமாக உள்ளது. அவர்களுக்கென்று ஒரு வருமானம் தொழிலும் இல்லாததால் தங்களது அன்றாட பணத் தேவைகளை நிறைவு செய்ய வாய்ப்பே இல்லை.

தொடர்ச்சியான வருமானம் கிடைக்க முடியாத நிலையில் உள்ளனர். சிறிய அளவில் சம்பாதித்த பணத்தைத் தவறான முறையில் செலவு செய்கின்றனர். அதனால் வறுமை நிலைதான் மேன்மேலும் ஏற்படுகின்றது. சிகரெட் மற்றும் போதைப் பழக்கத்திற்கு அடிமையாகி உள்ளனர். இதனால் அவர்களிடம் பொருளாதார வளம் என்பதே கிடையாது.

இருளர்கள் ரைஸ் மில்களில் வேலை செய்கின்றனர். செங்கல் சூளைகளிலும் பண்ணை விவசாய நிலங்களிலும் தொடர்ந்து தலைமுறை தலைமுறையாக வேலை செய்கின்றனர். இவர்களை வைத்திருக்கும் முதலாளிகள் குறைவான முன்பான முன்பணம் (Advance) கொடுத்து அவர்களை வேலைக்கு அமர்த்துகின்றனர். இது இருளர்களின் பொருளாதாரச் சுரண்டல் என அவர்களுக்கே தெரியாமல் உள்ளது. மேலும் அன்றாட தொழில்களான கட்டிட வேலை, ஹோட்டல் தொழில், வீட்டு வேலை மற்றும் அரசு வழங்கும் 100 நாள் வேலை திட்டத்திலும் வேலை செய்கின்றனர்.

அதிகமானோர் கட்டிட தொழிலாளர்களாக இருப்பதால் அதிக நேரம் வேலைக்குச் செல்லும் பிரச்சினையைச் சந்திக்கின்றனர். இது போன்ற தொழில்களில் வேலை பாதுகாப்பு என்பதே கிடையாது. இருளர்கள் மத்தியில் வங்கி வசதி, செல்பேசி, தொலைக்காட்சி, வாகனங்கள் போன்றவைகள் கிடையாது. இருளர்களின் பொருளாதார வாழ்க்கை என்பது முன்பு வேட்டையாடி உணவு சேகரித்தல் ஆகும். அதனால் தற்போது நிலைமை மாறி இருக்கின்றது. இன்றும் சில இருள மக்களுக்கு வாழ்வாதாரம் வேட்டையாடுதலும் உணவு சேகரித்தலும் ஆகும். இது தமிழ் சமூகத்திலும் தொடர்ந்து இருந்து கொண்டே வருகின்றது.

நாடோடியாக வாழ்ந்து ஓர் இடத்தில் தங்கி வாழ முற்பட்ட போது பழைய பொருளாதாரத்தை மேம்படுத்தும் முறையை மறந்தனர். முன்பெல்லாம் நீண்ட காலம் காடுகளில் தங்கி வேட்டைக்குச் செல்வ தெல்லாம் உண்டு இப்போது இந்நிலை மாறிவிட்டது. சம்பாதிக்க வெளியில் சென்று கிடைக்கும் தானிய வகைகளை வீட்டிற்குக் கொண்டு வரும் நிலைமை ஏற்பட்ட நேரத்தில் அதை வீட்டை சுற்றிய இடங்களில் பயிர் செய்ய முற்பட்டனர் வேளாண்மை தொழிலையும் கண்டுபிடித்தனர். இவர்களுக்கு விவசாயம் செய்தல், வேட்டை யாடுதல், உணவு சேகரித்தல், தேன் எடுத்தல் போன்ற பொருளாதார மேம்பாட்டிற்கான தொழில்களைச் செய்து வருகின்றனர். இன்று இருளர்கள் மத்தியில் நிரந்தர வருமானம் என்பதே கிடையாது கால்நடை வளர்ப்பு என்பதே கிடையாது இது சொத்து சம்பந்தப் பட்டது என்பதே உணராமல் உள்ளனர்.

தற்போதைய சூழலில் அவர்களுக்கான வருமானம் நூறு நாள் வேலைத்திட்டம்தான். பரம்பரை பரம்பரையான அவர்களின் தொழில் என்பது பாம்பு பிடித்தலும் எலி பிடித்தலுமே ஆகும். அவர்கள் கூலி வேலை செய்யும் தொழிலாளர்களாகவும் நிலச் சுவான்தார்களிடம் இருந்துள்ளன. விவசாய அறுவடை சமயத்தில் விவசாய வேலையும் ரைஸ் மில் வேலையும் செய்வார்கள்.

மீன் பிடித்தலும் கூட இவர்களின் முக்கியத் தொழிலாகவும் உள்ளது. பல முயற்சிகளுக்குப் பிறகு தற்போதுதான் முதியோர் பெண்கள் உதவித்தொகை வாங்குகின்றார்கள். மாற்றுத்திறனாளி களுக்கு உதவித் தொகை பெறுவதற்குப் பெரும் சவாலாக உள்ளது. பல இருள ஊர்கள் பிரதான சாலையில் இருந்து உள்ளே இருப்பதால் பல கிலோமீட்டர் நடக்க வேண்டி உள்ளதால் இருளர்கள் வேலைக்கு செல்ல முடியாத நிலை ஏற்படுகின்றது.

இருளர் மக்கள் ஏழ்மையிலும் ஏழ்மையானவர்களாக இருக்கின்றனர். காடுகளில் உள்ள வளப் பொருள்களை எடுத்து விற்க தடை போடுவதால் இவர்களின் பொருளாதாரத்தை ஈடு செய்ய முடியாத நிலைக்கு உள்ளனர். குழந்தைகளுக்கு சரியான ஊட்டச்சத்து இல்லாமல் உள்ளது. அங்கன் வாடி மையங்களில் கிடைக்கும் உணவே சத்தான உணவாகும்.

பானர்ஷ் மற்றும் கினைட் (According to Sanjee and Knight) கூற்றுப்படி இருளர் சமூகத்தில் பொருளாதார பாகுபாடின்றி சமமாகத் தக்க வைத்துக் கொள்வதுதான் வறுமை ஒழிப்பிற்கும் வாழ்க்கை தரத்திற்கும் வழியாகும்.

4.2.1 கால்நடை வளர்த்தல்

இருளர்களின் பொருளாதார மேம்பாட்டிற்குக் கால்நடை வளர்த்தல் என்பதில் முக்கிய பங்கு வருகின்றது. இருளர்கள் பசுமாடுகள் வளர்ப்பால் கிடைக்கும் பாலை கடையில் ஊற்றி அதன்மூலம் கிடைக்கும் வருவாயில் குடும்பத்தை நடத்தும் மக்களும் இருக்கின்றார்கள். ஆடு, முயல் போன்றவற்றை வளர்த்து விலைக்கு விற்பனை செய்கின்றனர். இவர்கள் மற்ற ஊர்க்காரர்களுக்கு சம்பளத்துக்காக கால்நடைகளை மேய்கின்றனர். அரிசி ஆலையில் கிடைக்கும் அரிசியைக் கொண்டு பொருளாதாரத்தை உயர்த்தும் நிலையில் உள்ளனர்.

4.2.2 வேட்டையாடுதல்

இருளப்பள்ளர் காட்டு விலங்குகளை வேட்டையாடுவதில் நுண்மதி படைத்தவர்கள் ஆவர். சில சமயங்களில் அவர்கள் கூட்டமாக வேட்டைக்குச் செல்வதுண்டு இவ்வாறு கூட்டமாக வேட்டைக்குச் செல்வதைக் கலப்பை வேட்டை என்றழைக்கின்றனர். பாதையின் இரு பக்கங்களில் வேட்டைக்காரர்களும் வேறு சிலரும் பொரே, தப்பட்டை போன்ற இசைக் கருவிகளை அடித்துச் சத்தத்தை உண்டாக்கி விலங்குகளை அந்தப் பாதையில் விரட்டுவர். பாதையின் இரு மருங்கிலும் ஒளிந்திருக்கும் இருளப்பள்ளர் குறிவைத்து விலங்கை

அடித்துக் கொல்வர். இந்த வேட்டையில் ஈடுபட்ட எல்லா இருளப்பள்ளர்களும் வேட்டையாடிய விலங்கினைப் பங்குபோட்டுக் கொள்வர்.

4.2.3 விவசாயம்

இருளர்களின் உலகப் பார்வையின்படி அவர்கள் தம் நிலங்களை ஐந்து வகைகளாகவும் மலை விவசாயத்தின் பருவங்களை இரண்டாகவும் பாகுபடுத்திக் காண்கின்றார்கள் (தமிழ் ஒளி *1996, 130-32*)

1. **பெட்ட:** உயர்ந்த மலைப்பகுதி, அடர்ந்த காடுகளும் கொடிய காட்டு விலங்குகளும் உள்ள பகுதி இருளர்கள் பெட்டக்களை அதிகம் பயன்படுத்துவதில்லை.

2. **குட்டபெட்ட:** பெட்டாவுக்குக் கீழ் உள்ள மலைப்பகுதி இது குடியிருப்புக்கருகாமையில் உள்ளது. இங்குக் குறுங்காடுகளும் மரங்களற்ற குன்றுகளும் இருக்கும். இங்குக் கால்நடைகளை மேய்க்கவும் தேன் எடுக்கவும் விறகு சேகரிக்கவும் செல்வார்கள்.

3. **காடு:** குடியிருப்புக்கருகில் உள்ள ஓரளவு சம நிலங்களில் உள்ள வளமான காட்டுப்பகுதி. ஆண்கள் வேட்டைக்கும் பெண்கள் காடுபடு பொருட்களைச் சேகரிக்கவும் செல்லும் பகுதி இதுதான்.

4. **மல (மலை) :** புல்வெளியுடன் கூடிய மலைப்பகுதி, காட்டெரிப்பு விவசாயம் செய்தபின் தரிசாக விடப்பட்டுள்ள இடம் இங்கும் கால்நடைகளை மேய்க்கப் பயன்படும் பகுதியாகும்.

5. **ஓல:** விவசாயம் செய்யும் பகுதி தமிழகத்தில் ஒவ்வொரு பழங்குடியினரும் தாங்கள் சார்ந்து வாழும் சுற்றுச்சூழலையும் நிலத்தையும் வெவ்வேறு வகையில் வகைப்படுத்திக் காண்பதை அறிய முடிகிறது. வேட்டுவப் பழங்குடியினரின் வகைப்பாடும் வேளாண்மை செய்யும் பழங்குடியினரின் வகைப்பாடும் வெவ்வேறு வகையில் இருப்பதையும் அறியமுடிகிறது. (ஆதாரம் தமிழக பழங்குடிகள், பக்தவத்சல பாரதி)

4.3 கல்வி ரீதியான கூறுகள்

இருளர்களைப் பொறுத்தவரை கல்வி என்பது எட்டா கனியாகவே உள்ளது. இருளர்கள் மத்தியில் பெண்கள் படிப்பதற்கு என்று சில கட்டுப்பாடுகள் உள்ளன. இதனால் கல்வி என்ற விழிப்புணர்வே இல்லை. இதற்கு சமூக, பொருளாதார காரணிகளும் முக்கிய பங்கு வகிக்கின்றன.

இருளருக்கு கரும்பலகை வழங்கும் சேசுசபை சென்னை பணித்தள அதிபர்

கல்வி கற்றலின் மூலம் பெறும் வேலைவாய்ப்புகள் மிகவும் குறைவுத் தொழில் தொடர்பான கல்வி போதிக்கப் படவே இல்லை. கல்வி கற்காமல் இருப்பதால் வெளியிலிருந்து வரும் நபர்களான கந்து வட்டிக்காரர்கள் நிலச் சுவான்தார்கள் போன்றவர்களை மிக எளிதாக ஏமாற்றுகின்றனர். பெற்றோர்கள் செங்கல் சூளை போன்ற இடங்களுக்கு செல்வதால் குழந்தைகளும் பெற்றோரோடு செல்ல நிர்பந்திக்கப் படுகின்றனர்.

பெரும்பாலான குழந்தைகள் நடுநிலைப் பள்ளி செல்லவே மிகவும் சிரமப்படுகின்றனர் இதனால் கல்வி கற்றலே பாதிக்கப்படு கிறது. அரசு எவ்வளவு திட்டங்கள் கல்வி கற்க செயல்படுத்தினாலும் இருளர்கள் தொடக்கக் கல்வி பெறுவதே பெரும் சவாலாக உள்ளது. இருளர் இனமக்கள் வசிக்கும் கிராமங்களில் தொடக்கப்பள்ளிகள் இல்லாததால் 3கி.மீ தொலைவிற்கு நடக்க வேண்டி இருக்கின்றது. இதனால் அவ்வளவு தூரம் குழந்தைகளை அனுப்ப தயக்கம் காட்டுகின்றனர்.

இந்த நிலையில் விபத்துகள் ஏதும் ஏற்பட்டால் இருளர் களால் சமாளிக்க முடியாது. இருளர் சமுதாய மக்கள் வாழ்வாதாரம் உயர, அரசு பல்வேறு சலுகைகள் அளித்த போதிலும் புதிய பள்ளிகளை திறக்க முடியாத நிலை ஏற்பட்டுள்ளது.

உயர் கல்வி படிக்க முடியாமல் இருள சமூக மாணவர்கள் தவிக்கின்றனர், சாதிச் சான்றிதழ் பெறுதல் என்பது மிகப்பெரிய சவாலாக உள்ளது. மாணவர்கள் பலமுறை மனு அளித்தும் எந்த வேலையும் நடக்காமல் இருக்கின்றது.

எங்கு போனாலும் பணம் கேட்பதால் அவர்களால் பணம் கொடுத்து எதையும் பெறமுடியாமல் இருக்கின்றனர். சமுதாயம் எவ்வளவே மாறிக்கொண்டு இருக்கும் இன்றைய காலத்தில் படிப்பறிவு இல்லாததால் கல்வி வெளிச்சம் படாமல் கொத்தடிமைகளாகவும் தினக்கூலிகளாகவும் வாழ்ந்து வாடும் இருளர்கள் மிகவும் துன்பப் படுகின்றனர். பெரும்பாலும் கல்வி கற்பவர்களுக்கும் தொடர்பு இல்லாதது போல் தோன்றுகின்றது. காரணம் பெரும்பாலும் இருளர் பகுதிகளில் யாரும் படிப்பதில்லை. குழந்தைகளின் நிலை மோசமாக உள்ளது.

கல்வி என்னவென்றே தெரியாத, கல்வி அறிவு இல்லாததால் 13,14 வயதிலேயே திருமணமும் நடைபெற்று வருகின்றது. படிப்பறிவின்மையால் 15 வயதில் குழந்தைகளுக்குத் தாயாகி விடுகின்ற பெண்களின் நிலைதான் பரிதாபமாக உள்ளது. தற்போது தான் தங்களின் தனித்தன்மையை வெளிப்படுத்த முயல்கின்றனர்.

இன்று ஏற்பட்ட கால மாற்றத்தால் சிலர் மட்டும் பள்ளிக்குச் செல்கின்றனர் பல இடங்களில் மாலை நேர வகுப்புகள் நடக்கின்றன. சிலர் தற்போது தான் மேல்நிலைப்படிப்பை எட்டும் தன்மையைக் கொண்டுள்ளனர். கல்வியின் மூலம் அவர்களுக்குள் புதைந்து கிடக்கும் திறமையை, ஆற்றலை வெளிக் கொணர முடியும். பெருவாரியான இருளர்கள் அவர்களுக்கு வழங்கப்பட்டுள்ள இட ஒதுக்கீட்டு பலனை அடையவே இல்லை. பள்ளிகளில் இருளர்கள் குழந்தைகள் என்றாலே பாகுபடுத்திப் பார்க்கும் நிலை உள்ளது.

சிலர் பள்ளிகளில் தீண்டத்தகாதவர்கள் போல் அணுகும் முறை கடைபிடிக்கப்பட்டு வருகிறது எனவே இருளர்களுக்கென்று தனி பள்ளிகளை அமைக்க வேண்டும் என்ற கோரிக்கை நிலவுகின்றது. இருள குழந்தைகள் மத்தியில் இடைநிறுத்தம் (drop outs) அதிகமாக உள்ளது. பெற்றோரும் அதனைப் பற்றி கவலை அடைவதாகத் தெரிய வில்லை.

அண்மைக் காலமாக ஏற்பட்ட மாற்றங்களில் கல்வி கற்க வேண்டும் என்ற மனோபாவம் அவர்களிடத்தில் ஏற்பட்டுள்ளது. தாங்கள்தான் படிக்கவில்லை தங்கள் பிள்ளையாவது படிக்க வேண்டும் என்ற ஏக்கம் உள்ளது. இருளர்களின் கல்வி அறிவு மிகவும் பின்தங்கிய

நிலையிலே உள்ளது. இருளர்களுக்கென்றே கல்வி தொடர்பான பல திட்டங்கள் வகுத்தாலும் சரிவர செயல்பாட்டில் இல்லை. தற்போது கல்வியின் மகத்துவத்தை உணர்கின்றனர். பெரிய அளவில் மாற்றம் ஏற்படவில்லை. குழந்தைகளை அனுப்புகின்றோம் என பெற்றோர் உறுதிமொழி தருவார்கள் அப்புறம் அனுப்ப மாட்டார்கள், இவர்கள் எலி, அணில், முயல் பிடிக்கச் சென்று விடுவார்கள்.

4.4 இருளர்களின் மருத்துவம்

பொதுவாக மருத்துவம் முக்கிய அம்சமாகக் கருதப்படுகின்றது. அதில் இருளர்களின் மருத்துவம் மிகச் சிறந்ததாகக் கருதப்படுகின்றது. எந்த நோய் வந்தாலும் மந்திரித்தல் என்பது அவர்கள் மத்தியிலே காணப்படுகின்றது. இதில்

1. பத்திரிக் மந்திரித்தல் (வேப்பலை)

2. துணியில் மந்திரித்தல்

3. தண்ணீர் மந்திரித்தல் போன்றவை சிறப்பாகக் காணப்படுகின்றது. இவர்களின் நோய் குணமாக்குதல் முறை என்பது மூலிகை மருத்துவமுறை ஆகும். பல முதியவர்களைக் கேட்டால் பல மருந்துகள் சொல்வர். நோய் என்ன அதற்கான மூலிகை என்ன? எவ்வாறு மருத்துவ முறையைச் செய்ய வேண்டும் என்ற பல்வேறு தகவல்களைக் கூறுவர். மருந்தை கசாயமாகச் செய்து குடிப்பது என்பது மிகச் சிறப்பான மருத்துவ முறையாகும். இருளர்களைப் பொருத்தவரை இன்றும் மரபு வழி மருத்துவத்தைச் செய்து கொண்டு இருக்கின்றனர். நீலகிரி மலை போன்ற மலைப்பிரதேசங்களில் பல வகையான மூலிகைகள் கிடைக்கின்றன. அதே போல் சமவெளிப் பகுதிகளிலும் பல வகையான மூலிகைகள் காணக்கிடைக்கின்றன. செங்கல்பட்டு அருகில் உள்ள தண்டையரையில் போய் பார்த்தால் மூலிகைப் பண்ணை இருக்கின்றது. அங்கு சென்று தெரிந்து கொள்ளலாம்.

"நீலகிரி மலையில் காணப்படும் சுமார் 3000 வகையான பூக்கும் தாவரங்களில் 1500க்கும் மேற்பட்டவை மருத்துவ குணம் வாய்ந்த அற்புத மூலிகைகள்" என்கிறார் உதகையைச் சேர்ந்த தாவரவியல் ஆராய்ச்சியாளர் டாக்டர். எஸ். ராஜன்.

இருளர்களின் வாழ்வும் வரலாற்றுப் பூர்வீகமும் 61

இருள மருந்துகள் தயாரிக்கும் கருவிகள்

இவர்கள் பயன்படுத்தும் மூலிகைகளில் 168 வகையான மூலிகைகள் 216 வகையான நோய்களை குணப்படுத்தும் சக்தி கொண்டது. குறிப்பாக பாம்பு கடிக்கு விஷத்தை முறிப்பதற்கு 10 வகையான மூலிகைகளைப் பயன்படுத்துகின்றனர். அதே போல் ஆஸ்துமா அலர்ஜி தொடர்பான நோய்களுக்கு 3 வகையான மருந்து களைக் கொடுக்கின்றனர். சளி, இருமல், தலைவலி, காய்ச்சல் போன்றவற்றிற்கும் மூலிகைகள் இவர்களிடம் கிடைக்கின்றன.

மூலிகைகளிலிருந்து கண்டுபிடிக்கப்பட்ட மருந்துகளில் மலேரியாவை குணப்படுத்துகின்ற மருந்தும் மயக்க மருந்துகளும், ஊக்க மருந்துகளும் உள்ளன. மேலும் இதயம் தொடர்பான நோய் களையும் இரத்த அழுத்த நோய்க்கு மருந்தும் உள்ளன. இருளர்களை பொருத்தவரை மருத்துவம் மிக முக்கியமானதாகக் கருதப்படுகின்றது. அவர்கள் உடல் நலம் பேணுவதால் அதிகமாக முக்கியத்துவம் கொடுப்பதில்லை எனச் சொல்லப்படுகின்றது.

அடிப்படையான சுத்தம் மற்றும் கழிவறை பயன்படுத்துதல் போன்றவை மிகவும் குறைவாகவே உள்ளது. அநேக இருளர்கள் அவர்களின் மூதாதையர் மருத்துவ முறைகளையே கையாளுகின்றனர். பொதுவாக எந்தளவு நோய் ஏற்பட்டாலும் எளிதாக தொற்று நோய் ஏற்பட வாய்ப்பு இருக்கின்றது. காரணம் சுகாதாரமின்மையே ஆகும்.

அதிகமான இருளர்கள் ஊட்டச்சத்து குறைபாடு உள்ளவர்களாக இருக்கின்றனர். சில நோய்கள் அவர்களுக்கு வாழ்நாள் முழுவதும் இருக்கக் கூடிய நோயாக உள்ளது. அதற்கு மருந்து எடுத்துக் கொள்ளும் நிலையில் இருளர்கள் பக்குவப்படவில்லை.

சுகாதார நிலையில் இருளர்களை மிக எளிதாக நோய் தொற்றிக் கொள்கின்றது. ஏதாவது நோய் ஏற்பட்ட போது கோயிலில் சென்று சாமி கும்பிட்டால் நோய் சரியாகிவிடும் என்ற கருத்து அவர்களிடையே நிலவுகின்றது. காசநோய், தோல்நோய் குடல்வாய் நோய் போன்றவை இவர்களை வெகுவாகத் தாக்குகின்றது. பொதுவாக இவர்கள் மது அருந்துவதாலும் பல நோய்கள் வருவதற்கு ஆளாகின்றன. சமீப காலமாக இருளர்கள், காலம் காலமாக பின்பற்றும் மருத்துவத்தை சிலர் சொந்தம் கொண்டாட முயலுகின்றனர். காடுகளிலும் மலைகளிலும் சுற்றித் திரிந்து சேகரிக்கப்பட்ட மருத்துவ முறையாகும். இதனைத்தான் மற்றவர்கள் அனுபவித்துக் கொண்டிருக்கின்றனர். போதிய விழிப்புணர்வு இன்மையால் அவர்களின் மருத்துவத்தை பேணிக்காக்க முடியாமல் தவிக்கின்றனர்.

காப்புரிமை பற்றி அவர்களுக்கு விழிப்புணர்வு ஏற்படுத்த வேண்டும். மூலிகைகளைச் சேகரிக்கும் வழக்கம் முன்பிருந்தே இவர்களிடம் இருந்தது. நமது நாட்டில் மூலிகைகள் ஏற்றுமதி உள்ளன. அதற்கு ஆனால் முக்கிய பங்கு இவர்களுடையது ஆகும். அடர்ந்த காடுகள், மலைகள், மூலிகை வளமிக்க இடங்கள் எங்கெல்லாம் உண்டோ அங்கு இருளர்களின் வசிப்பிடம் இருக்கும். இருளர்களை நோய்கள் அணுகுவதில்லை ஆனால் பெரிய நோய் ஏற்பட்டால் மீள கடினப்படுகின்றனர்.

சத்து குறைபட்டால் அதிக மரணங்கள் ஏற்படும் அதைப் பற்றிய போதிய விழிப்புணர்வு இல்லை. பெண் என்றால் தாவரம் இப்படியின் கருத்து இவர்களிடம் நிலவுகிறது. தாவரங்கள் பெண்மை நிறைந்ததாகக் கருதுகின்றனர். இருளர்கள் தாவரங்களை அதிகம் நேசிக்கின்றனர். பெண் புனிதமானவள் அதேபோல் தாவரங்கள் புனிதமானவையாக இருக்கிறது என்று நம்புகின்றனர்.

+அழிந்துவரும் நிலையிலுள்ள இந்தப் பழங்குடியின் மருத்துவ முறைகளைப் பாதுகாத்து பயன்படுத்தி மீண்டும் உபயோகப்படுத்த வழிமுறைகளை ஏற்படுத்தித் தர வேண்டும்.

பகுதி - 5

தொழில், அரசியல் ரீதியான வாழ்வியல் கூறுகள்

5.1 தொழில் ரீதியான கூறுகள்

இருளர்கள் தொழில் ரீதியாக பின்தங்கியவர்களாக உள்ளனர். இருளர்களுக்கு போதிய படிப்பறிவின்மையால் தொன்று தொட்டு பாம்பு, எலி பிடித்தல், ஆமை, உடும்பு பிடித்தலில் ஓரளவு பணம் கிடைக்கின்றது. மீன் பிடித்து விற்பதும் மிச்சத்தைத் தங்கள் வீட்டிற்குக் கொண்டு வந்து சமைக்கின்ற வேலையும் செய்து வருகின்றனர். படிப்பறிவு மிகக்குறைவே இதனால் வேலைக்கு செல்ல முற்படும் போது, ஏதாவது ஒரு தொழிலை கற்றுகொள்ள வேண்டிய நிர்பந்தத்திற்கு ஆளாகுகின்றனர்.

சிலர் தொழில் தொடங்க நேரும் போது வங்கிகளை நாட வேண்டி இருக்கின்றது. மகளிர் சுய உதவிக்குழுக்களினால் சில மாற்றங்கள் ஏற்பட்டுள்ளது எனலாம். சிலர் சுய தொழிலை கற்றுள்ளனர். கட்டிட வேலைக்குச் செல்லுதல் குடும்பத்தை கவனிக்க வேண்டி இருப்பதால் இவ்வேலை செய்கின்றனர். பெருவாரியான இருள மக்கள் விவசாய தொழிலைச் செய்கின்றனர். குடும்பமாக பண்ணையார் வீடுகளில் வேலைக்குச் செல்கின்றனர்.

பொதுவாக இருளர்களுக்குச் சொற்ப சம்பளமே வழங்குகின்றனர். சிலர் பணக்கார வீடுகளில் வீட்டு வேலை செய்கின்றனர். சிலர் வியாபாரம் ஏற்றுமதி இறக்குமதி வேலை செய்கின்றனர். விறகு வெட்டுதல், பாய்முடைதல், செங்கல் சுடுதல் போன்ற தொழில்களைச் செய்கின்றனர். இருளரின் வசதி வாய்ப்பு என்பது அவர்கள் செய்யும் தொழிலை வைத்து தீர்மானிக்கப்படுகின்றது. இருள பெண்கள் எவ்வித வழியும் இன்றி குடும்பத்தில் இருக்கின்றனர்.

இருளர்கள் யாரும் தொழில்முறை ரீதியாகக் கற்கவில்லை கற்றவரும் அநேகர் (Skil Oriented) இருக்கவில்லை. இவர்களுக்கு மாத வருமானம் 2000 - 3000 வரைக்கும் கிடைக்கும். இதை வைத்துதான்

வாழ்க்கை நடத்திச் செல்ல வேண்டிய நிலையில் உள்ளனர். ஊதியம் ஆணுக்கும் பெண்ணுக்குச் சரி சமமாக வழங்கப்படவில்லை.

ஆணுக்கு உயர்வான கூலியும் பெண்ணுக்குக் குறைவான கூலியும் வழங்கப்படுகின்றன, இருளர்களுக்கு சேமிப்பு பழக்கம் கிடையாது. இவர்களில் பெரும்பாலோருக்கு அரசு நிலம் கொடுத்துள்ளது. அதில் பயிர் செய்யும் உரிமை மட்டுமே இவர்களுக்கு உண்டு. இந்த நிலத்தை கந்தயபூமி என்றழைக்கின்றனர். இந்த நிலத்தில் கொய்யா, பலா, மாதுளை போன்ற மரங்களும் காப்பிச் செடியும் உள்ளன. இவற்றைச் சரியாகப் பார்த்து நல்ல முறையில் பயிரிடுவதில்லை. அந்நிலத்தில் உள்ள மரங்களைப் பிறருக்குக் குத்தகைக்குவிட்டு விடுகின்றனர்.

இருள ஆண், பெண் அனைவரும் தோட்டங்களில் வேலை செய்யும் கூலிகளே பெரும்பாலோர் வாரம் முழுவதும் வேலைக்குச் செல்வதில்லை. இருளர்களில் சிலர் மலைப்பகுதிகளில் கிடைக்கும் மூங்கிலைக் கொண்டு விற்றுப் பொருள் ஈட்டுகின்றார்கள். சிலர் மலைப் பகுதி பள்ளத்தாக்குகளில் தினை, கேழ்வரகு, மொச்சை இவற்றை விளைவிக்கின்றனர். சிலர் தேன் எடுக்கும் தொழிலில் ஈடுபட்டுள் ளார்கள். அதை விற்றுப்பணம் பெறுகிறார்கள். ஒருசிலர் செம்மறி ஆடும், மாடும் வளர்க்கிறார்கள்.

5.1.1 மரபு வழித் தொழில்கள்

5.1.2 வேட்டையாடுதல்

சமவெளி இருளர்கள் வேட்டையாடுதலுக்குப் பெயர் போன வர்கள் பாம்பு, முயல், அணில், எலி, போன்றவற்றை வேட்டை யாடுவர். டெல்டா மாவட்டத்தில் உள்ள விவசாய நிலங்களை காப்பவர்கள் இவர்கள்.

5.1.3. தேன் சேகரித்தல் (பிடித்தல்)

தேன் எடுத்தல் என்பது இவர்களின் முக்கிய தொழிலாகும்.

5.1.4. ஈசல் பிடித்தல்

ஈசல் என்பது இவர்கள் சாப்பிடக் கூடிய உணவாகும், புற்றுகளை இனம் காண்பதில் வல்லவர்கள்

5.1.5. மூலிகை சேகரித்தல்

மூலிகை மருத்துவத்திற்கு பெயர்போனவர்கள் இருளர்கள். என்ன நோய்க்கு என்ன மருந்து என்று நன்றாகத் தெரியும்.

5.2 கொத்தடிமைத் தொழில்கள்

5.2.1 செங்கல் சூளை

இருளர்கள் பெரும்பாலும் கொத்தடிமை தொழில்களைச் செய்கின்றனர். செங்கல் சூளை வைத்திருப்பவர்கள் இருளர்களிடம் முன் பணம் கொடுத்து இவர்களைப் பயன்படுத்துகின்றனர்.

5.2.2 அரிசி ஆலை

அரிசி ஆலை உரிமையாளர் நிலக்கிழார் போன்றவர்களிடம் கொத்தடிமைகளாக வேலை செய்கின்றனர். வேலைக்கு அளவே இல்லை இவர்களை அவ்வேளையிலிருந்து மீட்டல் என்பது மிகவும் கடினமாகும்.

5.2.3 அரசியல் கூறுகள்

இருளர்களுக்கென்று தனி தலைமைத்துவம் ஏற்படவே இல்லை. அரசியல் கட்சிகள் இவர்களை நம்பியே உள்ளது. அரசியல் கட்சிகள் இவர்களை ஓட்டுப் போடுவதற்கே பயன்படுத்துகின்றனர். அரசியல் விழிப்புணர்வு என்பதே கிடையாது. இருளர்கள் மைய நீரோட்ட அரசியலில் ஈடுபடவே இல்லை. இவர்களிடத்தில் சரியான அரசியல் நிலைப்பாடு என்பதே இல்லை.

அரசியல் கட்சி இருள மக்களை ஏமாற்றி உள்ளனர். ஆனால் அவர்களுக்கென்று மேலாண்மை செய்யக் கூடிய அமைப்பு இருக்கின்றது. ஒரு வேலை சிலர் அரசியலுக்கு வர ஆசைப்பட்டால் அரசியல் இயக்கங்கள் அவர்களைப் பயமுறுத்துகின்றனர். இருளர்கள் அவர்களுக்கு ஒதுக்கிய தனித் தொகுதியில்தான் போட்டியிட முடியும்.

அரசியல் கட்சிகள் வந்து அவர்களை சந்திப்பதோ இதெல்லாம் வந்து நடக்க முடியாத செயல்பாடாக இருக்கின்றது. என்ன வென்றால் இவர்களால் ஓட்டு கிடைக்காது, ஓட்டு வங்கி இவர்களிடம் இல்லை என்ற எண்ணமும் இந்த ஆளுகின்ற வட்டத்திற்கு இருப்பதினால் இவர்களுடைய பிரச்சினைகள் இன்னும் எடுபடாமல் இருக்கின்றது.

இன்னும் அரசியல் மையத்திற்கு இவர்கள் செல்லவில்லை. இருளர்களுடைய குரலோ, சிந்தனைகளோ, கோரிக்கைகளோ இன்னும் செல்லவில்லை. எத்தனையோ போராட்டங்கள் ஆகியவற்றின் வழியாகத் தான் ஒரு மாற்றங்கள் நடந்து வந்து கொண்டு இருக்கின்றன.

இன்று உள்ள அரசியல் நடவடிக்கை என்பது மேன்மேலும் இவர்களை அடக்கி ஒடுக்குகின்றது. இதனால் தலைமைத்துவம் என்ற பொருளே இவர்கள் மத்தியில் இல்லாமல் போய் விடுகின்றது.

அரசாங்கங்கள் ஓட்டுப் போட கூறுவதால் வேறு வழியில்லாமல் ஓட்டுப் போடுகின்றனர். ஆனால் பெருவாரியான இருளர்களுக்கு அரசியல் நிலைமை பற்றி அக்கறையே இல்லை. ஏதாவது பிரச்சினை என்றால் அவர்களுக்குள்ளே செயல்படும் கிராம அமைப்புமுறை உள்ளது.

ஆதிக்க சக்திகளிடமிருந்து துன்புறுத்தும், வரும்போது அவர்களின் சக்தியையும் உரிமையையும் பயன்படுத்தினாலே சிறப்பாக இருக்கும். இருளர்கள் எதைச் செய்தாலும் கூட்டு முயற்சி எடுப்பதில் சிரமம் ஏற்படுகின்றது. ஒருமுறை பஞ்சாயத்து தலைவராக பதவி ஏற்று விட்டால் அவரை செயல்படவிடாமல் செய்கின்றனர்.

அரசியலில் ஆதிக்கம் செய்பவர்கள்தான் அரசு வழங்கும் இலவசங்களைப் பெறுகின்றனர். கிராமங்களில் வாழ்வதால் அரசியல் நடவடிக்கைகளில் இணைந்து செயல்பட மிகவும் சிரமப்படுகின்றனர். இவர்களுக்கென்று தனி பலன் இல்லாததால் இவர்களுக்குத் தேவையான நில உரிமை, குடிதண்ணீர், மின்சாரம், குடும்ப அட்டை, சாலை வசதி, மருத்துவமனை போன்றவை மறுக்கப்படுகின்றன. அரசியல்வாதிகள் இவர்களை ஓட்டுப் போடும் இயந்திரங்களாகவே மட்டும் பயன்படுத்துகின்றனர். அதில் இருள பெண்கள் அரசியலுக்கு வருதல் என்பது பெரும் சவாலாக உள்ளது. காரணம் இவர்கள் முதலில் ஆதிக்கத்தை எதிர்கொள்ள வேண்டி இருக்கின்றது. மேலும் குடும்பத்தில் உள்ள நபர்களை சந்திக்க வேண்டி இருக்கின்றது

பாம்பை பிடித்து வைத்திருக்கும் இருள பெண்கள்

பகுதி - 6

இருளர்களின் பழக்க வழக்கங்கள்

இருளர்களின் பழக்க வழக்கங்கள் பல்வேறு மதிப்பீடுகளைக் கொண்டுள்ளது. உறவினர்களை உபசரிப்பால் சிறந்தவர்கள் இவர்கள் எங்கு சென்றாலும் என்ன செய்தாலும் கணவன் மனைவியாக செய்கின்றனர். வீட்டில் (Menses) விலக்கு ஏற்பட்டால் 5 நாட்கள் வீட்டின் தாழ்வாரத்தில் தங்க வைப்பர். ஒரு சில வேளைகளில் கணவர்மார்கள் உணவு சமைத்துத் தரும் பழக்கமும் இருக்கின்றது. பெண்கள் ஐந்தாவது நாள் நீராடிய பின்பு தான் வீட்டிற்கு உள்ளே அனுமதிக்கப்படுவர்.

விருந்து கொடுக்கும் விருந்தினர் வீட்டில் தானிய வகைகளை கொடுத்து மகிழ்வர். திருமணம் போன்ற விழாக்களில் சிறப்பாக விருந்து கொடுப்பர். பெரியவர்களின் காலை சிறியவர்கள் தொட்டு வணங்குவர். மேலும் விருந்தாளிகளின் காலையும் தொட்டு வணங்குவர்.

வயது பெண்கள் இளைஞர்களிடம் வெற்றிலை வாங்கி போட்டுக் கொள்வர். இதில் காதல் இருப்பதாக உணர்கின்றனர். இதை பெண்களின் பெற்றோர்கள் கண்டிக்கின்றனர். வயதானவர்கள் உடம்பில் பச்சைக் குத்திக் கொள்கின்றனர். முதியவர் பாசிவை அணிகின்றனர். இருளர்கள் இரவில் செல்லும் போது ஆமணக்கு இலைத் தண்டைப் போன்ற பச்சையான ஒரு செடியின் தண்டில் எண்ணெயை ஊற்றி எரிய வைக்கின்றனர்.

பொதுவாக இவர்கள் நீண்டதூரம் நடக்கும் திறன் கொண்டவர்கள். இருளர்களுக்கு மற்றவர்களைக் கண்டால் பயம். மற்றவர்கள் எதையாவது செய்து விடுவர் என அச்சம் கொண்டுள்ளனர். இருளர்கள் குடும்பர் வீட்டில் உணவு அருந்துவதில்லை. இவர்கள் பாரம்பரியம் அடிப்படையிலே எல்லோரும் பழகுகின்றனர். இவர்கள் அரிசி, கேழ்வரகு, தினை போன்ற சிறு தானியங்களையும் உணவிற்குப் பயன்படுத்துகின்றனர்.

உணவு பற்றாக்குறை இருந்ததே இல்லை. எதையாவது சமைத்து சமாளித்துக் கொள்கின்றனர். மாவு, சத்து மிக்க பொருள்களை உண்ணுகின்றனர். காடுகளில் கிடைக்கும் பலவகை வேர்களையும் கிழங்குகளையும் காய்கனிகளையும் உணவாக உட்கொள்கின்றனர். இருளர்கள் எருமைகள், மாடுகள் ஆகியவற்றின் ஊனினை உண்பதில்லை, மறியாடு, வெள்ளாடு, வயல் எலி, கோழி, மான், பன்றி (இவர்களோடு வேட்டையாடுவது) முயல் (திறமையாக வலை வைத்துப் பிடிப்பது) காட்டுக் கோழி, புறா, காடை (இதனைக் கல்லால் எறிந்து வீழ்த்துவர்) ஆகியவற்றின் ஊனினை உண்பர்.

இருளர்களிடம் வெற்றிலை போடும் பழக்கமும் சாராயம் குடிக்கும் பழக்கமும் உண்டு. இருளர் பெண்களிடம் மிஞ்சி, பாசிமணி, பொட்டு, மூக்குப்பொட்டு போன்றவை அணியும் பழக்கமும் உண்டு. மூப்பர் தான் பூப்புவிழா, திருமண விழா, ஈமச்சடங்கு போன்ற பல்வேறு சடங்குகளையும் நடத்துவார். அனைவரும் மூப்பாருக்கு மரியாதை செலுத்துவர் இவர்கள் அனைவரோடும் எளிமையாகப் பழகும் தன்மை உடையவர்கள். வாழ்வுச் சடங்குகள். மணவகைகள், திருமணமுறை, திருமணச் சடங்குகள், பெண் வீட்டில் நிகழ்ச்சிகள் போன்றவற்றை நடத்துவர். இவர்கள் அழகுபடுத்திக் கொள்வதில் ஆர்வம் காட்டுவதில்லை இப்போதுதான் மற்றவர்களைப் போல அணிகலன்கள் அணிய வேண்டும் என்ற எண்ணம் எழுந்துள்ளது.

20 ஆண்டுகளுக்கு முன்பு இருளர் சிறுமிகள் சிற்றாடை அணிந்திருந்தனர். கடந்த 10 ஆண்டுகளாக பாவாடை சட்டை அணிகின்றனர். வயது பெண்கள் தாவணி அணிகின்றனர். பொதுவாக ஆண்கள் மேல் சட்டை அணிவது இல்லை. அழுக்கான வேட்டியை மட்டுமே அணிந்து இருப்பர். பொதுவாக துணி மணிகளை துவைத்து கட்டுவது இல்லை.

குளிப்பதும் குறைவாகத்தான் இருக்கும். ஒரு காடுகளுக்கு ஒரு முறைதான் சமைப்பார்கள். தற்போது நடைமுறையில் இருக்கும் பொது வினியோக (Ration card) திட்டம் இவர்களுக்கு பெரும் உதவியாக இருக்கின்றது. இதன் மூலம் உணவு பழக்கத்தில் சில மாற்றங்கள் ஏற்படுகின்றது. ஊர்த்தலைவர்களை மதித்துப் போற்று கின்றார்கள். இருளர்கள் சண்டை, சச்சரவு, மணமுறிவு, குழந்தை பிறப்பு, திருமணம் எது நடந்தாலும் இருளர்கள் தங்கள் தலைவர் களிடம் சென்று ஆலோசனை பெறுகின்றார்கள். ஊர் தலைவர்கள் எல்லா வகையிலும் அவர்களுக்கு உதவியாக இருக்கின்றனர். இந்த பழக்கம் இன்றும் சிறந்ததாகப் போற்றப்படுகின்றது.

பிறர் துன்பங்களைத் தன்னுடைய துன்பமாகக் கருதுவர் அவர்களுக்கு என்ன பிரச்சினை ஏற்பட்டாலும் அதைத் தீர்ப்பதில் பெரிதும் முயல்வர். இவர்களிடம் ஏற்றத் தாழ்வுகள் இருக்கும் ஆனால் அனைவரையும் சமமாக மதிப்பர். ஒருவருக்கொருவர் பரஸ்பர ரீதியில் உதவி செய்வது உண்டு. இன்று வரை இவர்களின் பழக்க வழக்கம் அறுபடாத தொடர்ச்சியாக உள்ளது. பல மாற்றங்கள் ஏற்பட்டாலும் இன்னும் அடையாளத்தை இழக்கவில்லை. பல்வேறு பிரச்சினைக்கு மத்தியில் நல்ல பழக்க வழக்கத்தைத் தன்னகத்தே கொண்டுள்ளது அதன் சிறப்பாகும். நவீன நாகரிக உலகத்திற்கு இவர்கள் இன்னும் ஆட்படவில்லை. திருமணம், குழந்தை பிறப்பு, பூப்படைதல், கோயில் வழிபாடு, பூஜை சடங்குகளிலும் பெண்களே முதன்மை ஆனவர்கள் ஆவார்.

பழைய இனக்குழுவான இருளர் சமூகம் தாய்வழிச் சமூகமாகவே பரிணமித்துள்ளது. இன்றும் அதன் சமூக பழக்க வழக்கங்களில் வழிபாடுகளில் அதன் தாக்கம் மாறாமல், விலகாமல் நிலவுகிறது. சிறிய சிறிய விஷயங்களில்கூட இதைப் பார்க்கமுடியும். உதாரணத்துக்குச் சமையலறை பாத்திரங்கள் வாழ்வின் தாக்கத்தால் புதிய, புதிய சேமிக்கும் பாத்திரங்கள் பயன்பாட்டுக்கு வந்துவிட்ட பிறகும் இருளர்கள் சுரைக்குடுவையை விடுவதாக இல்லை.

தேன் சேகரிக்கவும், விதைத்தானியம் போட்டு வைக்கவும் சுரைக் குடுவையை இருளர்கள் பயன்படுத்தினார்கள், சுரைக்குடுவையின் இருபுறமும் ஓட்டையிட்டு இசைக்கருவியாக உருமாற்றினார்கள், இதைத்தான் மகுடி என்று நாம் அழைக்கின்றோம்.

பழக்கவழக்கங்கள்

இருளர்கள் விருந்திற்குச் செல்லும் பொழுதும், வேறு நகருக்குச் செல்லும் பொழுதும், தோட்ட வேலைக்குச் செல்லும் பொழுதும் கணவனும் மனைவியும் சேர்ந்தே செல்கின்றனர். வாரத்தில் ஓய்வாக இருக்கும் நாளாகிய ஞாயிற்றுக்கிழமைகளில் தான் குளிக்கச் செல்கிறார்கள். குழந்தைகளையும் மனைவியையும் ஆற்றுக்கு அழைத்துச் சென்று குளிப்பர்.

6.1 குடும்பம்

பழங்குடி இருளர் மத்தியில் குடும்பம் முக்கிய பங்கு வகிக்கின்றது. குடும்ப பாரம்பரியங்கள் ஆதிக்கம் செலுத்துகின்றனர். குடும்ப வகைகளை தங்களுடைய சொந்த பாரம்பரியங்களைக் காப்பதில் முக்கிய பங்கு வகிக்கின்றனர்.

குலப்பிரிவுகளை நிலை நிறுத்துவதில் குடும்பத்தின் பங்கு மிகவும் முக்கிய ஒன்றாகும். முன்பு கூட்டு குடும்ப முறையைப் பின்

பற்றி வாழ்ந்தனர். ஆனால் இன்று ஒரு சிலரைத் தவிர தனிக்குடும்பமே அனைத்து இடங்களிலும் காணப்படுகின்றது. அரசு கட்டிக் கொடுக்கும் வீடுகளினால் கூட்டு குடும்ப முறை வருவதைப் பார்க்கலாம்.

கூட்டுக் குடும்பத்தின் சிறப்பாக வேட்டையாடிய பொருட்களை அனைவருக்கும் பங்கு போட்டு உண்ணும் பழக்கம் இவர்களிடம் உள்ளது. ஒருவர் வெளியில் செல்லும்போது மற்றவர்கள் குடும்பத்தை பாதுகாத்துக் கொள்ளும் பழக்கம் இவர்களிடம் உண்டு. இக்குடும்பத்தில் பெரியவர்களின் பங்கு மிகவும் முக்கிய ஒன்றாகக் கருதப்படுகின்றது. தற்போது குடும்ப நலத்திட்டத்தினால் ஒன்று அல்லது இரண்டு குடும்பத்தோடு குடும்ப கட்டுப்பாடு செய்கின்றனர். ஆனால் இதைப் பற்றி தெரியாமல் இருப்பது கவனிக்கக்கூடிய ஒன்றாகும். வீடுகளை இவர்களாகவே கட்டிக் கொள்கின்றனர். அல்லது வனத்துறையினர் கட்டிக் கொடுக்கும் இடங்களில் வசிக்கின்றனர்.

காடுகளில் வசிப்பவர்கள் காடுகளில் கிடைக்கும் பொருட்களை வைத்து வீடுகளைக் கட்டிக் கொள்கின்றனர். இவர்களின் வீடுகள் வரிசையாக அமைந்து இருக்கும். மூங்கில் தட்டிகளையோ அல்லது வேறு குச்சிகளால் ஆன தட்டிகளையோ கொண்டு கட்டி அதன் மீது மண் பூசி சுவற்றினை அமைப்பர். கணுங்கு புல் என்ற காட்டில் உள்ள புல்லையாவது அல்லது ஓலை, கரும்புத் தோகை, வைக்கோல் போன்றவற்றை வைத்து கூரையை வேய்ந்து இருப்பர். பாக்கு மட்டை மற்ற மட்டைகளைக் கொண்டும் வீடுகளின் கூரைகள் அமைக்கப்பட்டு இருக்கும். சுவர்களை சாணத்தால் மெருகேற்றுவர், வீட்டிற்குப் பொதுவாக வெள்ளை அடிப்பதில்லை. காரணம் யானைகள் வெள்ளை நிறத்திற்கு வருவதால் இதைத் தவிர்க்கின்றனர்.

தற்போது அரசின் வீடுகள் அதிக அளவிலான மக்களுக்கு கட்டிக் கொடுக்கப்படுகின்றது. இவர்களின் வீடுகள் நேர்த்தியாக இருப்பதைப் பார்க்கலாம். தங்களுடைய நிலத்திலேயும் அரசு வழங்கும் நிலத்திலேயும் வீடுகளை கட்டிக் கொள்கின்றனர். நீலகிரியில் உள்ளவர்கள் வீட்டை இவர்கள் ஒரே என்று அழைக்கின்றனர்

6.6.1 குடும்ப உறவுமுறை

'துமோன் என்பவர் வட இந்திய உறவுமுறைச் சொற்கள் தென்னிந்திய உறவுமுறைச் சொற்களும் இணையவும் ஒழுங்கான வரையறைக்குட்பட்டு அமையவில்லை என்ற கருத்தைத் தன் கட்டுரை ஒன்றில் எடுத்துக் கூறியுள்ளார். வட இந்திய தென்னிந்திய உறவுமுறை பழக்கங்களில் பல பொதுக்கூறுகள் காணப்படினும் வட இந்திய உறவுமுறைச் சொற்களோடு ஒப்புநோக்கும் பொழுது வரையறுக்கப் படாதனவாகவும் அமைப்புக்குட்படாதனவாகவும் காணப்படுவதாக அவர் வருத்தத்துடன் குறிப்பிடுகிறார். மேற்குறிப்பிட்ட முக்கிய

வேறுபாடுகளைக் கருத்தில் கொண்டு துமோன் ஒரு புதிய நெறியை வகுத்துள்ளார்.

மார்கள் தொடங்கி இன்றுவரை தென்னகத்திலும் ஈழத்திலும் ஆய்வுகள் நடத்திய மானிடவியல் அறிஞர்கள் இப்பகுதியில் வழங்கும் உறவுமுறைச் சொற்களில் சில பொதுமைகள் உள்ளன என்பதை உணர்கின்றனர். கோஃப் என்பவர் ஒரு வகையான அத்தை மாமன் பெண் திருமணமுறை இப்பகுதியில் வழக்கில் உள்ளது என்பதை எடுத்துக்காட்டியுள்ளார். துமோன் தென்னிந்திய உறவுமுறை அமைப்பில் அடிப்படை ஒப்புமைகள் உள்ளன என்றும் அவ்வுறவு முறைச் சொற்கள் திராவிட இன உறவுமுறை அமைப்பைக் காட்டுவனவாகக் கருதப்பட வேண்டும் என்றும் வற்புறுத்தி வந்துள்ளார். மேற்குறிப்பிட்ட முக்கிய வேறுபாடுகளைக் கருத்தில் கொண்டு துமோன் ஒரு புதிய நெறியை வகுத்துள்ளார். இப்புதிய நெறி ஆய்வுக்குரிய ஒன்றாகும்.

இதுவரை உறவுமுறை (Kinship) என்றால் என்ன என்பது பற்றியும் அவை பற்றிய ஆய்வு எவ்வகையில் பயனுள்ளது என்பது பற்றியும் விளக்கப்பட்டது. வடஇந்தியாவிலும் தென்னிந்தியாவிலும் உள்ள உறவுமுறைகளுக்கு இடையே அடிப்படை வேறுபாடுகள் பற்றி மானிடவியல் அறிஞர்களின் முடிவுகளைப் பார்த்தோம். இனி தமிழகத்தில் நீலகிரி மலையில் வாழும் இருளப் பழங்குடிகளின் உறவு முறைச் சொற்களையும் அச்சொற்கள் விளக்கப்படும் முறையையும் காண்போம்.

வனங்களுக்குள் வாழ்வதாலும் முன்னர் இடமாற்று விவசாயத்தில் ஈடுபட்டிருந்ததாலும் இருளர் இன மக்கள் கூட்டுக் குடும்பம் முறையில் இன்றும் வாழ்தலைப் பார்க்க முடிகின்றது. ஒரே வீட்டில் நான்கைந்து குடும்பங்களும் ஒன்றாக வாழ்கின்றனர். அதே போன்று ஒவ்வொரு கிராமத்திலும் அனைவரும் உறவினர்களாகவும் இருப்பதை அதிகம் காண முடிகிறது.

ஆதாரம் தமிழர். பா, தேவகி

6.2 வீடு

வனத்துறையினர் இவர்களுக்குக் கொடுத்துள்ள காடுகளில் வீடுகள் கட்டிக் கொள்கின்றனர். காடுகளில் கிடைக்கும் பொருளைக் கொண்டும் வீடுகளைக் கட்டிக் கொள்கின்றனர். வீட்டின் இருபக்கங்களிலும் திறந்தவெளி இருக்கும் வகையில் வீடுகளை வரிசையாகக் கட்டிக் கொள்கின்றனர். அவர்கள் வீடுகளை அடுத்து அரசினரால் அளிக்கப்பட்டுள்ள பயிர் இடுவதற்கு ஏற்ற நிலங்கள் உள்ளன. வீடுகள் கட்டுவதற்குமுன் மூங்கில் தட்டிகளையோ அல்லது வேறு குச்சிகளாலான தட்டிகளையோ கட்டி அதன்மீது மண்பூசி சுவர்

அமைக்கிறார்கள். கனுங்கு பில்லு (கனுங்குப்புல்) என்ற காட்டில் உள்ள புல்லையாவது ஓலை, கரும்புத்தோகை, வைக்கோல் போன்றவற்றைக் கொண்டாவது கூரையை வேய்ந்து கொள்கின்றனர்.

பாக்குத் தோப்புகளில் பணியாற்றும் இருளப்பள்ளர் அங்கு கிடைக்கும் மட்டைகளைக் கொண்டு வீடுகளின் கூரைகளை வேய்கின்றனர். வீட்டைச் சாணம்போட்டு மெழுகுகின்றனர். சுவர்களையும் சாணத்தால் மெழுகுகின்றனர். சுவர்களுக்கு வெள்ளை யடித்தால் யானை வந்து விடும் என்ற காரணத்தால் வெள்ளை அடிப்பதில்லை.

இருளர்கள் குடியிருப்புகள் பற்றிக் கூறும்போது இவர்களின் குடிசைகள் சிறியனவாக, வட்ட வடிவில், கூரை வேயப்பட்டு உயரம் குறைந்த வாயில்களை உடையவனாக இருக்கும். இதனை அவர்கள் குடிசை என்பர். எல்லா வீடுகளும் ஒரே இடத்தில் இல்லை. தங்களுடைய நிலத்தில் வீடுகள் கட்டிக்கொண்டு வாழ்கின்றனர். மலைப்பகுதிகளில் கிடைக்கும் பொருள்களை வைத்தே இவர்கள் வீடுகளை அமைத்துக் கொள்கின்றனர்.

மூங்கில் தப்பைகள் வைத்து அதன்மீது மண் சுவர் வைக்கப்படுகிறது. மூங்கில் இவைகளால் சுவர்கள் கட்டப்பட்டு மேற்கூரைப் பகுதியை மலைப்பகுதிகளில் கிடைக்கும் பாம்பே புல், கோயி வகைப்புல் என்ற இருவகைப் புற்களில் ஏதாவது ஒன்றைப் பயன்படுத்தி வேய்கின்றனர். மலையில் கிடைக்கும் ஒருவகை கொடியைக் கூரைவேயும் பொழுது கட்டுவதற்குப் பயன்படுத்து கிறார்கள். வீட்டை இவர்கள் மொழியில் கூரே என்று தான் அழைக்கிறார்கள். இப்பொழுது சில ஊர்களில் அரசு வீடுகள் கட்டிக் கொடுத்துள்ளனர். அந்த வீடுகள் மட்டும் வரிசையாக அமைந்துள்ளன.

தமிழர் பண்பாட்டில் இருளர் குலமரபுகள், பா.தேவகி;

6.3 உணவு

இவர்கள் மாமிச (Non vegetarion) உணவுகளே உண்பர். ராகி, சோளம், பச்சை கிழங்கு வகைகளையும் உண்பர். விலங்கு வகைகளையும் உண்பர். ஊட்டச்சத்து உணவுகளான எலி, பூனை, பறவை, கோழி, வெள்ளாடு, பன்றி, மீன் போன்றவற்றை விரும்பி உண்பர். சமநிலப்பகுதிகளிலும் விளைச்சல் நிலங்களிலும் அவ்வப்போது ஏற்படும் கடும் வறட்சியே அவர்களை இந்நிலைக்குத் தள்ளியது. வேண்டுகிற உணவுகளைப் பெற முடியாது. கிடைத்த வற்றை உணவாக்கிக் கொண்டால்தான் பிழைக்க முடியும்.

6.3.1 இருளர்களின் உணவு முறை

இவர்கள் தங்களுக்குத் தேவையான உணவைக் காடுகளிலும் சமவெளிப்பகுதிகளிலும் சேகரிப்பர். சில நேரங்களில் பட்டினி

கிடப்பதைப் பற்றிக் கவலைப்படுவதில்லை. பெரும்பாலும் ஒரு நாளைக்கு இரு முறையே உணவு உட்கொள்கின்றனர். இத்தலைமுறை இருளர்கள் அரிசி உணவையே விரும்பி உட்கொள்கின்றனர். பலாப்பழம் விரும்பி உண்பார்கள்.

மலைப்பகுதியில் கிடைக்கும் பலாப்பழத்தை நண்பகல் உணவாக உடகொள்வார்கள். தினை, கேழ்வரகு இவற்றைக் களியாகக் கிண்டி உண்கிறார்கள். மேலும் இறைச்சிவகை உணவுகள், பழவகைகள், காய்வகைகள், கிழங்குகள், கீரை, தழை வகைகள், விதை வகைகள், புல் விதைகள், தனை வகைகள், மூங்கில் விதை, தானியவகைகள், புளியங்கொட்டை ஆகியவற்றை உணவாக உட்கொள்கின்றனர்.

நீலகிரி மாவட்டத்தில் வாழும் பழங்குடியினருள் இருளர்களே மிகவும் கறுப்பு நிறமுடையவர்கள். அவர்களுடைய உடல்நிறத்தால் தான் இருளர் எனப்பெயர் பெற்றனரோ என நினைக்கத் தோன்றுகிறது. நடுத்தர உயரமும் (சராசரி உயரம் 159.8 செ.மீ) சப்பையான மூக்கும் உடையவர்கள் இருளர்கள், பண்டைக்காலத்தில் ஆண் பெண் இருபாலரும் துண்டு போன்ற முண்டுத்துணிகளை அணிந்தனர் என மானிடவியல் நூற்களில் குறிப்புகள் காணப்படுகின்றன. இப்பொழுது இருள ஆண்கள் வேட்டியும் சட்டையும் அணிகிறார்கள்.

முதியவர்கள் தலைப்பாகையும் அணிகின்றனர். பெண்கள் புடவையை வேட்டி போன்று மார்பகத்தின் மேல் கட்டியுள்ளார்கள். இளம் தலைமுறையினர் புடவை ஜாக்கட்டு அணிகிறார்கள்.

பொதுவாக இருளர்கள் பற்றி மானிடவியல் ஆய்வு அறிக்கைகள் இலுப்பம்பூ போன்றவைகளை உணவாக உட்கொள்வார்கள் என குறிப்பிடப்பட்டுள்ளது..

1. இறைச்சி வகை உணவுகள்
2. பழவகை உணவுகள்
3. கிழங்கு வகைகள்
4. காய் வகைகள்
5. தினை வகைகள்
6. தழை, கீரை வகைகள்
7. விதை வகைகள் போன்றவற்றை உணவாக உட்கொள்கின்றனர்.

6.4 மருந்து பழக்கவழக்கங்கள்

சின்ன உடல் பிரச்சினை என்றாலும் மூலிகை மருந்து கொடுப்பர். நாட்டு மருந்தே இவர்களின் பிரதான மூலிகை மருத்துவமாகும். அவர்கள் அருகில் உள்ள கிராம மருத்துவமனையை முடிந்த அளவு

பயன்படுத்துகின்றனர். புகையிலை அதிகமும், மது அதிகமும் பயன்படுத்துவர். குழந்தைகளை சரியான பராமரிப்பு இல்லாமல் வளர்க்கின்றனர். பெரியவர்கள் தங்களின் உடல் சுகத்தைப் பற்றி அக்கறையே இல்லை. ஏனோ தானோ என்று வாழ்கின்றனர்.

6.5. பூப்பு விழா

இளம்பெண் பூப்பெய்திய ஏழாவது நாள் அன்று விழா கொண்டாடுவார்கள். பூப்பெய்திய பெண் ஏழு நாள்கள் தங்குவதற்கு வீட்டின் முன்னால் குடிசை ஒன்றை அப்பெண்ணின் தமக்கையின் கணவன் கட்டிக் கொடுக்க வேண்டும். அந்த குடிசை வேப்பிலைகளோ அல்லது வேறு இலைகளோ கொண்டு கட்டப்படுகின்றது. அந்த குடிசையில் அவளுக்குத் துணையாக முதியவளோ அல்லது சின்னப்பெண் துணை இருக்கின்றாள்.

பெண் பூப்பெய்தவுடன் தாய்மாமன் முதலில் எண்ணெய் தடவி விடவேண்டும். பின்பு அணிகலன்களைப் போட்டு அணிவிக்கின்றார்கள். அக்குடிசையில் தங்கியுள்ள காலத்தில் மிக விழிப்புடன் வெளியே சென்று தமக்கையின் கணவன் அல்லது தாய்மாமன் எரித்து விடுவார். பூப்பெய்திய பெண்ணை முதலில் தாய்மாமன் நெற்றியில் எண்ணெய் பொட்டிட்டு வாழ்த்துவான்.

பூப்பெய்த பெண் அவன் காலில் விழுந்து வாழ்த்துப் பெறுகின் றாள். பின்பு விருந்து நடைபெறும், வாழ்த்து முடிந்தவுடன் தாய் மாமனையும் ஜாத்திக்காரனையும் எட்டு பிரிவுகளைச் சேர்ந்த இருளர் களையும் நடுரோட்டில் அமரச் செய்து உணவு படைக்கின்றார்கள்.

மாப்பிள்ளை முறைக்காரர்கள்தான் இவர்களுக்கு உணவு படைக்கின்றார்கள். அவர்கள் உண்ணும் உணவில் தாய்மாமன் வாழ்த்தி உவமையாகப் பயன்படுத்திய காய்கறிகளின் பொரியல் இருக்கும் சாப்பிட்டு முடிந்தவுடன் தாய்மாமனும் ஜாத்தியும் கை கழுவிய எச்சில் நீரைப் பூப்பெய்திய பெண் கைகளில் பிடித்து மூன்று மடக்குக் குடிப்பான் தாய்மாமன். ஜாத்திக்காரன், எட்டு பிரிவைச் சேர்ந்த இருளர்கள் ஆகியோர் உண்ட எச்சில் இலைகளையும் பூப்பெய்திய பெண் எடுத்து வெளியில் எறிவாள். அதன் பின்னர் விருந்தினர்களுக்கு விருந்து படைக்கப்படுகிறது.

6.6. திருமணம்

ஹர்க்னெஸ் என்பவர் இருளர்களின் திருமணத்தைப் பற்றி பின்வருமாறு குறிப்பிடுகின்றார் 'இருளர்களிடையில் திருமண ஒப்பந்தம் என்று சொல்லத்தக்க சடங்கு எதுவும் காணப்படவில்லை. ஓர் ஆணுடன் சேர்ந்து வாழ்வதோ அவனிடமிருந்து பிரிந்து செல்வதோ அப்பெண்ணின் தனிப்பட்ட விருப்பம் இருளர்களில் வசதி உள்ள சில

ஆணும், பெண்ணும் கணவன், மனைவியாக இணையும் போது நண்பர்களும் அண்டை அயலாருக்கும் விருந்து ஒன்று நடத்து வார்கள். இருளர்களிடையே நடைபெறும் திருமணம் மிகவும் எளிமையான ஒரு நிகழ்ச்சி என்று தர்ஸ்டன் குறிப்பிடுகிறார்.

திருமணத்தின் போது செம்மறி ஆடு கொல்லப்பட்டு விருந்து ஏற்பாடு செய்யப்படும். மணமகனுக்குத் தம்மால் இயன்ற அளவு பரிசு கொடுக்கின்றார்கள் மணமகன் அப்பரிசுப் பணத்தை ஒரு துணியில் முடிந்து கொண்டு மணமகள் வீட்டிற்குச் சென்று அவளைத் தன்னுடைய வீட்டிற்கு அழைத்துச் சென்று விடுவான். விதவைகள் மறுமணம் செய்ய அனுமதிக்கப்படுகின்றார்கள்.

திருமணத்தைப் பொறுத்தவரை மரபுகள் உள்ளன. ஒரு மரபுப்படி மணமகனின் மரபுகளைக் கொண்டு பெண்ணுக்கு வந்தவுடன் பெண் வீட்டிற்குச் சென்று பெண் கேட்கும் பொழுது மாப்பிள்ளையின் தாய் தந்தையர் வீட்டிற்குச் சென்று மற்றவர்களுடன் பெண் கேட்பர். திருமணத்தின்போது மஞ்சள் கயிறே தாலியாகப் பயன்படுத்துகின்றனர்.

திருமணம் ஆனவுடன் மணமகன் வீட்டில் தான் இருப்பார்கள். இருளர்களிடையே காணப்படும் வேறு சில உட்பிரிவினர் திருமண முறை வழக்கில் காணப்படுகின்றது. ஒரு சிலரே பெண் பார்த்து திருமணம் செய்து கொள்கின்றனர். அதிகமாக பெற்றோர்கள் பார்த்து செய்து வைக்கும் திருமணம் நடைபெறுகின்றது. விதவை திருமணங் களும் நடைபெறுகின்றது. இதை எல்லாம் கள ஆய்வின் மூலம் தான் தெரிந்து கொள்ளலாம்.

6.6.1 பரிசம் போடுதல்

பெண் வீட்டிற்கு மாப்பிள்ளை வீட்டார் பணம் கட்டுவார்கள். அவர்களின் வசதிக்கேற்ப பணம் கட்டப்படும். மாப்பிள்ளை வீட்டார்தான் பெண் வீட்டிற்கு பரிசம் என்ற வகையில் பன்னிரண்டு குல மனிதர்களை வைத்துப் பணம் கட்டுவார்கள். முந்தானையில் பணத்தை பெண்கள் வாங்குவார்கள். பரிசம் போட பெண்ணை மாப்பிள்ளை தேடிச் செல்வார். செல்லும் போது, கையில் குலத் தடியுடன் செல்வார்கள். மாடு இருக்கின்றதா? என்று கேட்பார்கள் பெண் வீட்டில், எங்களுக்கு இரண்டு மாடு இருப்பதாகக் கூறுவார்கள்.

எங்கள் பட்டியில் இருந்து கிடாரி மாடு வந்துவிட்டது என்றும் உங்கள் பட்டியில் இருக்கிறதா என்றும் கேட்பார்கள் இல்லை என்று சொல்லி வந்துவிடுவார்கள். உடனே போகாதீர்கள் வாங்க வாங்க ஒரு மாடு வந்திருக்கு கட்டி வைத்திருக்கின்றோம் அந்த மாடு உங்களது தானா என்று வந்து பாருங்கள் என்று குறிப்பிட்டுக் கூறுவார்கள். சரி மாட்டைப் புடிங்கடா போகலாம் என்பார்கள். மாட்டிற்கான விலை யையும் தருகின்றோம் என்று கூறுவார்கள். அதெல்லாம் வேண்டாம்

என்று பெண்ணை பெண் வீட்டிற்கு அழைத்துச் செல்வார்கள். அன்று ஒரு விருந்தே நடைபெறும். இவ்வாறாகப் பரிசம் போடும் நிகழ்ச்சி நடைபெறும்.

6.6.2 திருமண முறை

இருளர் இனத்தில் இரு அகமணக்குழுவில் எட்டு உட்பிரிவுகள் உள்ளன. அவைகளாவன,

1. குப்பை
2. சப்பெ
3. தேவனே
4. கல்கட்டி
5. குறுநகெ
6. கொடுவெ
7. பூங்கெ
8. பேராத போன்றவைகளாகும். இன்னோர் அகமணக் குழுவில் உட்பளின, வெள்ளகெ, போரிகே, வெட்டகெ, பணிகெ ஆகிய ஐந்து உட்பிரிவுகள் உள்ளன. முதலில் குறிப்பிட்ட எட்டு பிரிவுகளில்தான் பெரும்பாலான இருளர்கள் அடங்குவர். ஒவ்வோர் ஊரிலும் சொத்துக்காரன் என்ற ஜாத்தி என்னும் பெரியவர்கள் இருக்கின்றார்கள். சொத்துக்காரன் தான் ஊருக்குத் தலைவன்.

ஜாத்தி என்னும் பெரியவன் திருமணம், ஈமச்சடங்கு, பெண் பூப்படைதல் கொண்டாட்டம், குழந்தைக்குப் பெயரிடும் விழா போன்றவற்றை நடத்தி வைக்கின்றார். ஓர் அகமணக் குழுவில் உள்ள உட்பிரிவுகள் அனைத்தும் ஒரே ஜாத்தியாக இருக்க முடியாது. குப்பெ என்ற பிரிவைச் சார்ந்த இருளர்கள் சப்பெ, கல்கட்டி தேவனே, கொடுவெ பூங்கெ போன்ற பிரிவைச் சேர்ந்தவர்களைத் திருமணம் செய்து கொள்ளலாம். ஜாத்தியாக நியமித்துக் கொள்ளலாம்.

திருமணத்தில் ஆண்களை தேர்வு செய்யும் உரிமை பெண்களுக்கு உண்டு. பெண்களுக்குப் பாலியல் சுதந்திரம் கொடுக்கப்பட்டுள்ளது. களவியல் நெறி உண்டு. களவியல் நெறி செய்தோர் கட்டாயம் திருமணம் செய்ய வேண்டிய அவசியமல்ல. விதவைத் திருமணமும் இவர் களிடத்தில் உண்டு.

ஆண், பெண் விரும்பினாலும் திருமணம் செய்து வைப்பார்கள். மற்ற சமூகங்களிடம் இருக்கும் அத்தனை நடைமுறைகளையும் பின்பற்றுகின்றனர். வரதட்சணை வாங்கும் வழக்கே இல்லை. இரு வீட்டாரும் சேர்ந்து காடு பூசாலி என்றும் காடு பூசாரி என்றும்

அழைக்கப்படும் பூசாரியிடம் சென்று தகவலைக் கூறுவார்கள். இவரை ஜட்டி என்று அழைப்பர். இவர் அனைத்து சடங்குகளையும் செய்து முடிப்பர். ஆனால் பெண் வீட்டாருக்கு தலைவரான காட்டுக்காரர் என்று அழைக்கப்படும் பூசாரியிடம் சென்று திருமண தகவலைக் கூறி திருமணம் செய்து வைப்பர்.

சமூகப் பிரச்சினைகளைப் பேசி தீர்க்கும் பஞ்சாயத்து முறை அவர்களிடத்தில் இருந்து அவர்களாகவே தீர்த்துக்கொள்ளும் பழக்கம் இருக்கின்றது. இதனால் இணக்கமான சூழ்நிலை இருளர்களிடத்தில் உண்டு. ஊராளி ஜட்டி, ஜட்டி பூசாரி, பூசாரி மூப்பன் போன்ற பெயர்களால் தங்கள் தலைவர்களை இருளர்கள் அழைக்கின்றனர். வயதில் மூத்தவர்களே தலைவர்களாக மாற முடியும். ஊர் மக்கள் தான் ஊர்த்தலைவரைத் தேர்ந்தெடுக்கின்றனர்.

ஒரு தலைவன் எத்தகைய பண்புகளைக் கொண்டிருக்க வேண்டுமோ அத்தனை தகுதிகளையும் எதிர்பார்ப்பர். வயதில் மூத்தவராகவும், வேட்டையில் வல்லவர். இருளர் பண்பாட்டில் வழுவாதவர், நியாயவாதி. வீண் சச்சரவில் ஈடுபடாதவர். குடும்பத் தலைவர், பல பிள்ளைகளைப் பெற்றவர். கன்னியம்மாளிடத்தில் பக்தி கொண்டவர். சொந்தமாக நிலம் வைத்து இருப்பவர் போன்ற அம்சங்களைக் கொண்டிருக்க வேண்டும். இவர்களிடத்தில் நடை பெறும் அனைத்து நடவடிக்கைகளையும் கண்காணிக்க வேண்டும்.

பெண்களுக்குச் சம உரிமை அளிப்பவர்கள் இருளர்களே, அவர்களிடம் ஆண், பெண் என்ற வேறுபாடு கிடையாது. அனைவரையும் சமமாக நடத்துவர். பெண்கள் வீட்டு நிர்வாகத்தைக் கவனித்துக் கொள்கின்றார்கள். தேன் எடுப்பது, மூலிகை பறிப்பது, கிழங்கு பறிப்பது போன்ற வேலைகளைச் செய்கின்றனர். வீட்டில் உள்ள அனைவரும் ஒரே குடும்பமாக வாழ பெண்களின் பங்கு மிகப்பெரியது ஆகும்.

மாப்பிள்ளை வீட்டுக்காரர் பெண் வீட்டிற்கு ஞாயிற்றுக் கிழமையாவது திங்கட்கிழமையாவது பெண் பார்க்கச் செல்வார்கள். அவ்வாறு செல்லும் போது கையில் ஓர் இரும்புத் தடியுடனும் மரத்தடியுடனும் செல்வார்கள். மாப்பிள்ளை வீட்டுக்காரர்கள் ஏழுமுறை பெண் வீட்டிற்குச் சென்று முடிவு செய்ய வேண்டும், முதல்முறையாக ஒருநாள் மாலைப் பொழுதில் பெண் வீட்டிற்குச் செல்வர். சென்றதும் தாம்கொண்டு சென்ற இரும்புத் தடியையும் குடையையும் வைத்து விட்டு அன்று இரவு அவர்கள் விருந்தினராக அங்கு தங்கி விடுவார்கள்.

காலையில் உணவு உண்டபின் நாங்கள் போய் வருகின்றோம் என்று மாப்பிள்ளை வீட்டுக்காரர்கள் விடைபெற்றுக் கொள்ளும்போது

நீங்கள் எப்பொழுதும் வராதவர்கள் வந்திருக்கின்றீர்கள். என்ன வேலை என்று பெண் வீட்டார் கேட்கிறார்கள். உங்களிடம் கொஞ்சம் நிலம், வாழைமரம் உள்ளதாம் அந்த நிலத்தை உங்களிடம் கேட்டு வேளாண்மை செய்யலாம் என்று வந்திருக்கின்றோம் என்று மாப்பிள்ளை வீட்டுக்காரன் சொல்வான். சடங்குகள் இவ்வாறு திருமணச் சடங்குகள் தொடரும், மாப்பிள்ளை வீட்டார், வீட்டுக்குச் சென்று வீட்டைச்சுத்தம் செய்து வெள்ளை அடிக்கின்றனர். பின் தங்கள் உறவினர்களையும் மற்ற இருளர்களையும் வெற்றிலை பாக்குக் கொடுத்துத் திருமணத்திற்கு வரும் படி அழைக்கின்றனர்.

பெண் வீட்டில் ஆலி என்ற ஒருவகை மரத்திலிருந்து 12 தூண்கள் வெட்டிப் பந்தலுக்கு கால்கள் நாட்டுகின்றார்கள். பெண் வீட்டாரும் தன் உறவினரையும் மற்ற இருளர்களையும் திருமணத்திற்கு வெற்றிலை பாக்குக் கொடுத்து அழைக்கின்றனர்.

ஜாத்திகளும் பெரியோர்களும் உறவினர்களும் குறித்த நாளன்று திருமணத்தை நடத்தும் நிமித்தம் மாப்பிள்ளை வீட்டில் கூடுகிறார்கள். மாப்பிள்ளை வீட்டு ஜாத்திக்கும் அவன் மனைவிக்கும் மாப்பிள்ளை வீட்டில் கோழிக்கறியுடன் உணவு போடுவார்கள். அவர்கள் சாப்பிட்ட பின் மாப்பிள்ளையின் தாய் தந்தையர் பெண்ணுக்குக் கொடுக்க வேண்டிய அணிகலன்களையும் பரியப் பணத்தையும் வீட்டு ஜாத்தி யிடம் ஒப்புவிக்கின்றார்கள்.

முதலில் மாப்பிள்ளை வீட்டு ஜாத்தியும் அவன் மனைவியும் அவர்களையும் பின் தொடர்ந்து மாப்பிள்ளையின் பெற்றோர்களும் மற்றவர்களும் மணமகனை அழைத்துக் கொண்டு இசைக்கருவிகளை இசைத்த வண்ணம் பெண்வீட்டை நோக்கிச் செல்கின்றனர்.

6.7 பிள்ளைப் பேறும் பெயரிடுவிழாவும்

இருளப் பெண்கள் பேறு காலத்தில் சிறப்பு சடங்குகள் ஒன்றும் செய்வதில்லை. பண்டைய காலத்தில் இருளப் பெண்கள் குழந்தை பெறுவதற்குக் காட்டிற்குச் சென்று அங்குக் குழந்தையைப் பெற்றுக் கொண்டு வந்தனர். இப்பொழுது மருத்துவமனைகளிலோ அல்லது வீடுகளிலோ மகப்பேறு நடக்கின்றது. இருளர்கள் பிள்ளை பெற்றவளைத் தனி வீட்டிலோ அல்லது வீட்டின் தனிப்பகுதியிலோ இருக்கச் செய்கின்றார்கள். அவளுடைய கணவன் அல்லது பெற்றோர் தண்ணீர் எடுத்துக் கொடுத்தும் உணவு சமைத்துக் கொடுத்தும் உதவுகின்றார்கள்.

பிள்ளை பெற்ற ஏழாவது நாளன்று வீட்டை சுத்தம் செய்கின் றார்கள். அன்று மாலை நேரத்தில் ஊரிலுள்ள எல்லா இருளர்கள் வீட்டிற்கும் சென்று பிள்ளைக்குப் பெயரிடப்போகிறோம் எல்லாரும் வாங்க என்று அழைப்பார்கள். ஜாத்தி பிள்ளை பிறந்த வீட்டிற்கு

வந்தவுடன் அவனிடம் தேங்காயும், வாழைப்பழமும் திகடெ பட்டையும் காணிக்கையாக நான்கணாவும் கொடுப்பார்கள். ஜாத்தி அவர்கள் கொடுத்தவற்றைக் கிணற்றங்கரை அல்லது ஆற்றங்கரைக்கு எடுத்துச் சென்று பூசை செய்து பிள்ளை பெற்றவர்களுக்கு மூன்று மடக்கு குடிக்க கொடுப்பார்கள். தீர்த்த தண்ணீரில் திகடெபட்டையைக் கரைப்பார்கள். செம்பில் கொண்டுவரப்பட்ட தீர்த்தத் தண்ணீரை அங்குக் கூடியுள்ளவர்கள் மீதும் வீட்டின் எல்லாப் பகுதியிலும் தெளிக்கின் றார்கள்.

இதெல்லாம் முடிந்தவுடன் புதுப்புடவையைக் கொண்டு தொட்டில் கட்டுகிறார்கள். பிறந்த பிள்ளையின் பெரியம்மாவோ, பாட்டியோ பிள்ளையைத் தொட்டிலில் இட்டு என்ன பெயர் இட்டனரோ அந்தப் பெயரைச் சொல்லி தாலாட்டுப் பாடி தூங்க வைக்கின்றார்கள். ராமெ, காளெ போன்ற பெயர்களை ஆண் குழந்தைகளுக்கும் பேலி போன்ற பெயர்களைப் பெண் குழந்தை களுக்கும் சூட்டுவர். இப்பெயர் சூட்டு விழா குழந்தை பிறந்த ஏழாவது நாளில் நடைபெறும்.

மண ஒப்பந்தம் ஏதும் இவர்களிடையே கிடையாது. ஆணும் பெண்ணும் தங்கள் மன விருப்பம் போல் யாரோடு வேண்டுமாயினும் உறவு கொள்ளலாம். அந்த உறவினைத் தொடர்ந்து நீட்டித்துக் கொள்வதும் பிரிந்து செல்வதுமான உரிமை பெண்களினுடையதே. நல்ல ஊழ் வாய்க்கப் பெற்ற சிலர், தங்கள் உறவினை நான்கைந்து ரூபாய்வரை செலவழித்து நண்பர்களுக்கும் அண்டை அயலாருக்கும் விருந்து வைத்துக் கொண்டாடுவர். அப்போது குறும்பர்களும் தங்கள் கொம்பு, தப்பட்டை ஆகியவற்றுடன் வந்திருந்து அந்த இரவை ஆடிப்பாடிக் கோலாகலமாகக் கழிக்க உதவுவர். இதுபோன்ற நிகழ்ச்சிகள் மிக அரிதாகவே நடைபெறுவதற்குரியன என இருளர்கள் திரு.ஹார்க்ன்ஸ் அவர்களிடம் கூறியுள்ளனர். எனக்குத் தெரிவிக்கப் பட்ட விவரங்களின்படி இவர்கள் திருமணம் ஓர் எளிய நிகழ்ச்சியே, ஒரு மறியினை அறுத்து விருந்து நிகழ்த்துவர்.

விருந்தினர்கள் மணமகனுக்குச் சில அணாக்களை அன்பளிப் பாகத் தருவர். அவன் அவற்றை ஒரு துணியில் முடிச்சிட்டவனாக மணமகள் குடிசைக்குச் சென்று அவளைத் தன்னுடன் அழைத்து வந்துவிடுவான். கைம்பெண்கள் மறுமணம் செய்து கொள்ள அனுமதிக்கப்படுகின்றனர்.

குழந்தை பிறந்தவுடன் தனிமையான குடியை ஏற்பாடு செய்து குழந்தையையும், தாயையும் பாதுகாப்பர். குழந்தை பிறந்த ஏழாம் நாள் அதை வாது நீர் தெளித்து விழாக் கொண்டாடுவர். குழந்தைக்குப் பெயர் சூட்டுவது விழாவாகக் கொண்டாடப்படுகிறது. இதில் தாய்மாமன் பங்கு மிக முக்கியமானதாகும்.

6.7.1 இறப்பு

ஓர் இருளர் இறப்பானாயின் இரண்டு குறும்பர்கள் சாவு நிகழ்த்த ஊருக்கு வருவர். அவர்களில் ஒருவன் மற்றவன் தலையை மழித்துவிடுவான். தலை மழிக்கப்பட்டவனுக்கு உணவிட்டு ஒரு வேட்டியும் தருவர். அவன் அதனைத் தன் தலையில் சுற்றிக் கட்டிக் கொள்வான். இத்தகைய விசித்திரச் சடங்கினைச் செய்வதால் இறந்துபோனவர்கள் நல்ல அதிர்ஷ்டத்துக்குள்ளாவார் என கருதப் படுகிறது. இறந்து போனவனுடைய பிணம் கிடக்கும் வீட்டுக்கு வெளியே சாவுச் சடங்குகள் நிகழும் வரை மேளத்திற்கு ஏற்ப ஆண்களும், பெண்களும் ஆடுவர்.

இறந்தவர்கள் கால்களைக் குறுக்கே இருக்குமாறு குந்தியபடி உட்கார வைக்கப்பட்டுப் புதைக்கப்படுகின்றனர். ஒவ்வோர் ஊருக்கும் தனியே புதைக்கும் இடங்கள் உள்ளன. வட்ட வடிவமான ஒரு குழி தோண்டி அதன் அடிப்பக்கத்தில் குடைந்து ஓர் அறை உண்டாக்குவர். அதில் பிணத்தை அதனுடைய வழக்கமான ஆடை அணிகளோடு ஒரு புதிய துணியும் அணிவித்து அமர்த்தி, விளக்கு, தானியம் ஆகியவைகளை உடன் வைத்துப் புதைகுழியினை மூடி அடையாளத் திற்காக மேலே ஒரு கல்லினை வைப்பர். மூன்றாம் நாள் ஒரு மறியினை அறுத்து விருந்து வைப்பர் எனக் கூறுகின்றனர்.

6.7.2 இறப்புச் சடங்குகள்

இறந்த உடலைப் பொணம் (பிணம்) என்றும் சாவு என்றும் கூறுவர். இறந்தவுடன் அனைவருக்கும் தகவல் சொல்லப்படும், ஊரில் முக்கியமானவர்கள் கூடி இதனை முடிவு செய்வார்கள். பிணம் கெட்டுப் போகாமல் இருக்க கடற்பாரையைப் பிணத்தின் மேல் படும் படி கீழே செருகி வைப்பார்கள். சிலருக்கு விளக்கெண்ணெயை காதிலும், நல்லெண்ணெயை மூக்கிலும் வாற்றுவர்.

சம்பந்தி முறையில் உள் உறவு, சாவு சேதி சொல்லுவார்கள். வத்தி கொளுத்தி தலைமாட்டில் வைத்து பூமாலை போடுவர், சுற்றி அழுவர். சிறிய பந்தல் போட்டு கல், சாராயம் போன்றவற்றைக் குடிப்பர். கோவிந்தா கோவிந்தா என்று மூன்று முறைக் கத்திக்கொண்டே பாடையை நன்காட்டிற்குத் தூக்கிச் செல்வர். புதையல் முடிந்தவுடன் வீட்டிற்கு வந்து இறந்தவரின் தலைப்பக்கம் தெற்கே இருக்கும் படியே புதைப்பர். புதைத்தபின் அக்குழியின் மீது நினைவுக் கல் வைத்து தயிர், நெய், எண்ணெய் போன்றவற்றை அக்கல்லின் மீது ஊற்றி சீயக்காய் போட்டு கழுவுவர், மஞ்சள் குங்குமம் இட்டு வணங்குவார்கள்.

இவர்களின் சமாதியை கொப்பே என்று அழைக்கின்றனர். பண்டைய காலத்தில் ஒரே குடும்பத்தில் இறந்தவர்களை ஒரே குழியில் புதைக்கும் பழக்கம் உண்டு. இப்போது மாறிவிட்டது. தற்போது தனி

குழிகளில்தான் புதைக்கின்றார்கள். இறந்தவர்கள் நினைவாக கல் வைக்கப்படுகின்றது.

இறந்தவர்களுக்கான மூன்று நாள் கூங்குகள் இது செத்ததற்கு மூன்று சீர்கள் செய்தல் என்று அழைக்கப்படுகின்றது. இந்த விழாக்கள் அவர்களின் வசதிற்கேற்ப நடைபெறும். இழவு வீட்டில் வாழை மரங்கள் நடுவார்கள் சடலத்தைப் புதைப்பார்கள். ஒருவன் இறந்தவுடன் சாவுச் செய்தி எல்லோருக்கும் சொல்லி அனுப்பப்படும்.

உறவினர் அனைவரும் வந்தபின் பிணத்தை எடுப்பர். உறவினர் அனைவரும் வந்தவுடன் சடலத்திற்கு நீராட்டுவர். பின்பு பாடைகட்டிப் பிணத்தைச் சுடுகாட்டிற்கு எடுத்துச் செல்வர். அவ்வாறு சுடுகாட்டிற்கு எடுத்துச் செல்லும் வழியில் ஒரு சடங்கு செய்வர். அப்பொழுது இறந்தவனுடைய மனைவியின் கருகமணியையும், தலைமுடியையும் பிணத்தின் மீது போடுகிறார்கள். பின்பு பிணத்தைக் குழியில் வைத்து புதைக்கின்றனர்.

பண்டைக்காலத்தில் பிணத்தைத் தாழியில் வைத்துப் புதைத்ததாகக் கூறப்படுகின்றது. ஓராண்டு கழித்துப் பதியிலுள்ள அனைத்து இருளர்களும், இருளப்பள்ளர்களும் சேர்ந்து இறந்தவனுக்கு நினைவு விழா எடுக்கின்றனர். அப்பொழுது இறந்தவர்கள் நினை வாகச் சுடுகாட்டில் கல் வைக்கின்றனர். இவ்வாறு கல் எடுக்கும் பொழுது ஒரு சீர் செய்கிறார்கள். அதைக் கஞ்சிச்சீர் என்கின்றனர்.

சுடுகாட்டில் கல் எடுக்கும் நாளன்று வைக்கப்பட்டிருக்கும் வடிகஞ்சி நீரில் நினைவுவிழா கொண்டாடும் இருளப்பள்ளர், அனைவரும் தாங்கள் அணிந்திருக்கும் புதுத்துணியின் முந்தியை நனைப்பர். இத்துடன் இச்சீர் முடிகிறது.

6.8 அணிகலன்கள்

இவர்கள் தங்கள் அணிகலன்களை அணிவது மிகவும் கடின மாகும். கிடைக்கக் கூடிய அணிகலன்களை வைத்து தூய்மையுடனும் அழகுடனும் வைத்துக் கொள்ள விரும்புகின்றனர். இவர்கள் மணிகளைக் கோர்த்து அணிகின்றனர். விதவைப் பெண்கள் தாலிக்குப் பதிலாக நெல்லிப்பழ மணியை அணிந்து கொள்கின்றனர். தற்போது கவரிங் நகைகளையும் திருவிழாக் காலங்களில் விற்கப்படும் மணிகளையும் அணிகின்றனர்.

திருமணத்தின் போது கணவரின் சகோதரி அணிவிக்கும் மணியை அணிகின்றனர். வசதி படைத்தவர்கள் மட்டும் தாலியோடு குண்டு நாணல் ஆகியவற்றைக் சேகரித்து அணிந்து வருகின்றனர். கண்ணாடி வலையல்களையும் அணிகின்றனர், காது மூக்கு ஆகியவற்றை இருளப் பெண்கள் குத்திக் கொள்கின்றனர். மாசி மகா திருவிழாவின் போது

கடற்கரையில் காது குத்தும் விழா நடைபெறும். தற்போது இருளப் பெண்கள் வெள்ளி கொலுசுகளை அணிந்து கொள்கின்றனர். மற்ற சமூகங்களைப் போல் இவர்களிடம் ஆடம்பரமே இல்லை.

6.9 குலத் தொழில் வழிபாடு

வீடு தவறாமல் கன்னியம்மனுக்கு நெல், கேழ்வரகு, பணம் சேகரிக்கின்றனர். ஆண்டுதோறும் அதே கிராமத்திற்குச் செல்வதால் இருளர்கள் வருவதை அறிந்த இந்துக்கள் கற்பூரம் ஏற்றி தேங்காய் உடைத்து விழுந்து வணங்கி நெல், கேழ்வரகு இடுகின்றனர். இவ்வாறு இரண்டு நாட்களுக்கு இரண்டு மூன்று ஊர் சுற்றி வருகின்றனர். இதே போன்று மொத்தம் ஏழு ஊர்களையும் சுற்றி வருகின்றனர். இறுதியாக மிக அருகில் இருக்கும் கிராமத் தெருக்களில் ஒரு தெருவில் மட்டும் நெல் வாங்காமல் கன்னிக்கு வழிபட விட்டுவிட்டு வருகின்றனர்.

ஊர் சுற்றும் பொழுது ஆண், பெண் வேடமிட்டுக் கூத்தாடிகள் சஞ்சிதா நடனம் (இருளர் நடனம்) ஆடிச் செல்கின்றனர். காட்டிற்குள் மரம், செடி, கொடிகளுக்குள் உட்புகுந்து வேட்டையாடுவதுபோல் உடல் வளைத்தும் நெளித்தும், குனிந்தும் பெண்கள், ஆண்கள் அனைவரும் ஆடுகின்றனர். இவ்வாறு ஊர் சுற்றி வந்து, மறுவாரம் வியாழக்கிழமை குலத் தெய்வத்திற்கு வழிபாடு நடத்தி திருவிழாவைத் தொடர்ந்து நடத்துவர்.

6.9.1 குலத் தெய்வ வழிபாடு

காப்புக் கட்டி நெல் வாங்கி வந்த பிறகு அடுத்த வார வியாழக்கிழமை பூமா தேவியை வழிபடுகின்றனர். இதையே இருளர்கள் குழித்தெய்வ வழிபாடு என்பர். இத்தெய்வ வழிபாட்டின் போது மாதவிடாய் அடைந்த பெண்கள் கூட வழிபடலாம் என்று கூறுகின்றனர். இத்தெய்வம் தீட்டுப்படுவதை ஏற்றுக் கொள்ளும் என்றும் இருளர்கள் கூறுகின்றனர்.

6.10 குலமரபுகள்

எந்த ஒரு சமூக மக்களாக இருந்தாலும் வாழ்க்கை முறைகள் தெரிந்து கொள்வதில் அவர்களுக்குள்ளிருக்கும் குலமுறை முக்கிய பங்கு வகிக்கின்றது. பழங்குடி இருளர் குலங்கள் பற்றி அவர்களுடைய சமூகக் கலாச்சார மதிப்பீடுகளுக்கும் உள்ளத் தொடர்பு பற்றியும், தெரிந்து கொள்வது இன்றைய அரசியல் பின்னணியில் அத்தியாவசிய மானதாகும். இதுபோன்ற இருளர்களின் கலாச்சாரத்தை அறிந்து கொள்ள முடிகிறது.

6.10.1 பழங்குடி இருளரின் குலங்களின் வகைகள்

இருளர்களுக்குள் பன்னிரண்டு குலங்கள் உள்ளன. ஒவ்வொரு குலத்திற்கும் தனித்தனி தெய்வங்களும் (தொக - Thoha) தனித்து

இறந்தவர் கோவில் அல்லது செத்தவர் குடி எனப்படும் கொப்பை களும் (Koppai) இருக்கின்றன. ஒவ்வொரு குலத்திற்குச் சில உட்பிரிவுகள் சில காரணங்களாலும் வாழுமிடங்களைப் பொறுத்தும் ஏற்பட்டுள் ளன. அவற்றை விரிவாகக் கீழே காணலாம்.

ஆதாரம் - தமிழர் பண்பாட்டில் இருளர் குலமரபுகள்

கல்கட்டி

தொக

ரங்கசாமி

குலப்பிரிவுகள்
1. காரைப்பனே
2. மாவு நூற
3. பெங்கிலிங் கோம்பை
4. மூலை சப்பை
5. பணக்கம் பள்ளி

1. கடல்கட்டி
2. கொடுவார்
3. குப்பிர்
4. கருணர்
5. பேரதவர்
6. புளியர்
7. போரிகள்
8. சம்பர்
9. தேவனார்
10. வெள்ளகர்
11. உப்பிகள் போன்றவையாகும்.

பகுதி - 7

இருளர் மக்கள் எதிர்கொள்ளும் பிரச்சினைகள்

இருளர்களின் இன்றைய பிரச்சினைகளான, வாழ்வாதாரங்கள் இழப்பு, நிலபப்றிப்பு, கல்வியின்மை, வறட்சி, கால்நடைகள் அழிவு, வறுமை, கலாச்சார அழிவு போன்ற எண்ணற்ற சிக்கல்களை இன்று இருளர் இனம் எதிர்கொள்ள வேண்டியுள்ளது. இருளர்கள்தான் என்பதற்கு மறுக்க முடியாத பல ஆதாரங்கள் இருந்தாலும், சாதிச் சான்றிதழ் பெறுவதற்கு மிகவும் சிரமப்படுகின்றனர். இவர்கள் அதிகம் மது அருந்துவதால் அவர்கள் சண்டையிட்டுக் கொள்கின்றனர். வேறு இடங்களுக்குச் செல்லும் போது பிற சமூகத்தினரால் இவர்களின் பெண்களுக்குப் (இருளர்) பாலியல் வன்முறை தொடர்வதால் வேறு இடம் நோக்கி நகர்கின்றனர்.

இதன் மூலம் அவர்கள் இடப் பெயர்வுக்குத் தள்ளப்படுகின் றார்கள் என அறிய முடிகின்றது. வீட்டு மனைப்பட்டா வேண்டி மனு போட்டால் ஒரு சிலருக்கு மட்டுமே கிடைக்கின்றது. அப்படி கொடுத்தாலும் பெரும்பாலான குடிமக்களுக்கு மின்சார வசதியும் குடிநீர் வசதியும் சாலை வசதியும் இல்லை. இதே போன்று ஊருக்குப் பொதுவாக உள்ள ஏரி, குளம், குட்டைகளில் வரும் வருமானத்தில் இவர்களுக்கு எவ்வித பங்கும் கிடைப்பதில்லை.

பலர் குடும்ப அட்டையும், ஓட்டுரிமை பட்டியலில் பெயரும் இல்லாமலுள்ளனர். இதனால் அரிசி ஆலை, நிலங்காவல் போன்ற பணிகளில் ஈடுபட வேண்டிய சூழல் அதிகரித்துள்ளது. இவர்கள் அரிசி ஆலை, செங்கல் சூளை, விவசாய நிலங்களுக்கு காவல், வீட்டுவேலை போன்ற தொழில்களைச் செய்கின்றனர். இவர்களுக்குக் குடும்ப அட்டை வழங்கும் நேரத்திலும் மற்றும் ஓட்டுரிமை வழங்கும் நேரத்திலும் செங்கல் சூளையிலும் கொத்தடிமைகளாக உள்ளனர். ஒவ்வோர் அரிசி ஆலையிலும் இரண்டு குடும்பங்கள் முதல் இருபது குடும்பங்கள் வரை உள்ளன.

பொதுவான மனித உரிமை பிரச்சினைகள் தெரியும். உரிய இருளர்களின் பிரச்சினைகளைப் பற்றி மற்றவர்களுக்குத் தெரிய வாய்ப்பே இல்லை. பிரச்சினைகள் என்பது போற போக்கிலே கையாள வேண்டிய நிலையில் உள்ளது.

இயேசு சபை இருளர் பணி சிறார்கள்

7.1 சாதிச் சான்று பெற முடியாமை

சாதிச் சான்றிதழ் பெறுதல் என்பது இருளர் மக்களுக்கு மிகப் பெரிய சவாலாக உள்ளது. இருளர்கள், சாதிச் சான்றிதழ்கள் பெற வேண்டியுள்ளதால் கோட்டாட்சியரை சந்திக்க வேண்டும். ST, பழங்குடி மக்களுக்கான சாதிச் சான்றிதழ் சரிபார்ப்பு கோட்டாட்சியரிடம் தான் அதிகாரம் உள்ளது. இதற்காக பல நாள்கள் காத்துக் கிடக்க வேண்டி இருக்கின்றது. சாதிச்சான்றிதழ் வேண்டி விண்ணப்பம் செய்தால் கோட்டாட்சியர் அலுவலகத்தில் விசாரணை செய்த பின்புதான் சான்றிதழ் கிடைக்கும். இதற்கு ஆகும் காலம் அதிகமாகும்.

இந்த இடை வெளியில் இருளர்கள் நொந்து விடுகின்றார்கள். தற்போதுதான் சாதிச் சான்றிதழ் பெற முன் வருகின்றனர். பள்ளியில் (School) கல்லூரியில் (college) வழங்குவதற்குச் சாதிச்சான்றிதழ் மிக முக்கியம், சாதிச்சான்றிதழ்கள் இல்லாததால் இவர்கள் வாழ்வு கேள்விக்குறியாக உள்ளது. சாதிச் சான்றிதழ் வழங்கினால் எல்லா பிரச்சினைகளும் ஒழிந்து விடும். இப்போது எங்கு போனாலும் சாதிச்சான்றிதழ் தான் கேட்கின்றனர். குறிப்பாக பாலியில் தொடர்பாக

யாராலும் தீங்கு செய்கிறார்களோ அவர்கள் மீது SC/ST வன்கொடுமை தடுப்புச்சட்டம் பாய இந்த சான்றிதழ் பெறும் உதவியாக இருக்கும்.

7.2 அடிப்படை வசதிகள் இல்லாமை

உண்ண ஆரோக்கியமான உணவும், உடுத்த நாகரீகமான உடையும், இருப்பதற்குச் சரியான இருப்பிடமும் இல்லாமல் தவிக்கின்றனர். யாரும் இவர்களை கண்டு கொள்வதாகத் தெரிய வில்லை. அரசு இவர்களுக்கென்று சில காலனி வீடுகளைக் கட்டிக் கொடுத்தாலும் சரிவர பராமரிப்பு இன்றி இருக்கின்றது. மழை வந்தால் இவர்களால் உள்ளே இருக்க முடியாது. தொகுப்பு வீடுகள் கட்ட எத்தனையோ முறை மனு கொடுத்தாலும் எந்த பலனும் ஏற்பட வில்லை. ஒரு வீட்டில் அதிக நபர்கள் இருப்பதால் அவர்களால் வாழ முடியாமல் தினறுகின்றனர்.

7.3 பாதுகாப்பு இல்லாமை

இந்த பாதுகாப்பு என்பது குறிப்பாக நாம் இருக்க உரிய இடத்திலே ஓர் உரிமையோடு, பண்போடு வாழ்வதற்கு பாதுகாப்பு இல்லை. குறிப்பாக பெண்களுக்கு பாதுகாப்பாக வாழ்வதற்கான வழி இல்லை. சட்டங்கள் இருந்தாலும் இந்த சட்டத்தின் வழியாக நமக்கு உரிமைகளைப் பெறுவதற்கான பாதுகாப்பு என்பதும் அங்கு இல்லை. குறிப்பாக ஒரு சில சட்டங்களையும் சொன்னார்கள். SC/ST அட்டை Act, அருமையான சட்டம் இருக்கின்றது. ஆனால் இந்த சட்டத்தின் வழியாக பழங்குடியினர் குறிப்பாக இருளர்கள் எவ்வாறு இந்த சட்டத்தை பயன்படுத்தி இந்த பாதுகாப்பை வலுப்படுத்துகின்றார்கள். இந்த சட்டம் என்ன சொல்லி இருக்கிறது என்பது எத்தனை பேருக்கு தெரிந்து இருக்கின்றது. குழந்தைகளை தெருவில் படுக்க வைக்கும் நிலை ஏற்படுகின்றது.

7.4 குடிநீர் பிரச்சினை

இவர்களைப் பொறுத்தவரை நல்ல குடிநீருக்காக மிகவும் சிரமப்படுகின்றனர். இவர்கள் வாழும் பகுதிகளில் சுத்தமான குடிநீரும் கிடைப்பதில்லை. தற்போது பல இருளர்கள் வாழும் பகுதிகளில் தண்ணீர் தொட்டி வைத்து நீரை சேமித்து, குறிப்பிட்ட நேரத்தில்தான் தண்ணீர் வருகின்றது. அந்த நேரம் வராமல் இருந்தாலும் குடி நீர் குடிக்க முடியாது. சில கிணற்று தண்ணீரும் பெற பல மைல்கள் தூரம் நடக்க வேண்டி இருக்கின்றது. அங்கு குடிநீர் எடுத்த இடத்திலும் மற்றவர்கள் வித்தியாசம் பார்ப்பார்கள்.

7.5 மின்சார வசதி இன்மை

குழந்தைகள் வந்து படிப்பதற்கு மின்சாரம் கிடையாது. இலவச மின்சாரம் தான் கிடைக்கவில்லை என்றாலும் பணம் செலுத்தி பெரும்

மின்சாரம் கிடைப்பதில்லை. தெரு விளக்குக் கூட கிடையாது. மழை பெய்தால் மிகவும் சிரமப்படும் நிலை உள்ளது. காலனி வீடுகளில் சில வீடுகளுக்கு மட்டுமே மின்சாரம் கிடைக்கின்றது.

7.6 அரசு வேலை வாய்ப்பு

குறித்த அளவே படிப்பு இருப்பதால் இவர்களுக்கு அரசு வேலை வாய்ப்பு எட்டாக் கனியாக உள்ளது. ஆண்கள் எலி, பாம்பு பிடிப்பதற்கும், பெண்கள் சிரத்தால் மண் சுமக்கவும் கல் சுமக்கவும் பயன்படுத்தப்படுகின்றார்கள். சில பெண், மகளிர் சுய குழுவில் சேர்ந்து பணம் எடுப்பதும் கொடுப்பதுமாக உள்ளனர். தமிழ்நாட்டில் பூர்வீக குடிகளாக வாழ்ந்த இவர்கள் இன்று அழைக்கப்படுகின்றனர். தமிழகத்தின் பூர்வீகக் குடிகளான காடுகளில் வாழ்ந்த இவர்களின் வாழ்வாதாரம் அழிக்கப்பட்ட பின்னும், சமவெளி மக்களை அண்டி வாழ வேண்டிய கட்டாயத்திற்குள் தள்ளப்பட்டுள்ளனர். பெரும்பாலும் இவர்கள் கொத்தடிமைகளாகவே உள்ளனர். சாதி வேறுபாட்டிற்குள் இவர்களும் இறையாகியுள்ளனர்.

7.7 சுகாதாரம் இன்மை

இருளர்கள் போதிய சுகாதார வசதி இல்லாமல் மிகவும் சிரமப் படுகின்றனர். ஏதாவது நோய் ஏற்பட்டால் அதனை தடுப்பதற்கான வழி தெரியாமல் மிகவும் சிரமப்படுகின்றனர். இருளர் கிராமங்களில் ஆரம்ப சுகாதார மையங்களே இல்லை எனலாம் குழந்தைப் பிறப்பிற்கு வெளியூர் செல்ல வேண்டி உள்ளது. நோய்த் தடுப்பு முறைகள் பற்றிய விழிப்புணர்வு இவர்களிடம் இல்லை. காடுகளிலும் சமவெளிப்பகுதி களில் ஊருக்கு வெளிப்புறமாக வாழ்வில் மிகவும் சிரமத்திற்கு ஆளாகின்றனர். மூலிகை மருத்துவ முறைகளையே அதிகம் பயன் படுத்துகின்றனர்.

பெண்களிடம் உடலியல் கோளாறுகள் அதிகம் காணப்படு கின்றன. இரத்தசோகை உடல் வளர்ச்சியின்மை போன்ற நோய்கள் அதிகம் உள்ளன. ஊட்டச்சத்து குறைவினால் அதிக குழந்தைகள் இறப்பது இருளர்களிடையே பொதுவாகக் காணப்படுகின்றது.

இது அனைத்து இருள கிராமங்களிலும் காணப்படுகின்றது. சுத்தம் என்பது மிகக்குறைவாகவே உள்ளது. கிராமங்களில் கழிப்பிட வசதி என்பதே இல்லை. திறந்தவெளி கழிப்பிடம் செல்வதால் பல்வேறு நோய்களுக்கு ஆளாகின்றனர். இருளர்கள் தினந்தோறும் குளிப்ப தில்லை. காரணம் போதிய தண்ணீர் கிடைக்காமையால் மிகவும் கஷ்டப்படுகின்றனர்.

அரசு பல்வேறு முயற்சி செய்தாலும் அவைகளை நிறைவேற்று வதில் பல்வேறு சிரமங்கள் உள்ளன. நோய்த் தடுப்பு முறைகள் சரியாக பின்பற்றப்படுவதில்லை ரத்த சோகை போன்ற நோய்கள் பரவலாகக் காணப்படுகின்றன.

7.8 போதிய மருந்து வசதியின்மை

இருளர் மக்கள் வாழும் இடங்களில் முக்கிய பிரச்சினையாகக் கருதப்படுவது மருத்துவ வசதி இன்மையே ஆகும். எதாவது நோய்வாய்ப்பட்டால் உடனடியாக மருத்துவமனையை அணுக முடியாமல் இருக்கின்றனர். மருத்துவ சேவைக்காக ஊரிலிருந்து பல மைல்கள் தூரம் நடக்க வேண்டி இருக்கின்றது. பொதுவாகவே மருத்துவ மனைகளுக்குச் செல்வதே இல்லை. தற்போது தான் மெல்ல மெல்ல மருத்துவமனையை நோக்கிச் செல்கின்றனர். பொதுவாக பிள்ளை பெறுதல் வீட்டிலே நடக்கின்றன.

மருத்துவ வசதிகளைப் பற்றிய விழிப்புணர்வு இல்லாமல் இருக்கின்றனர். இதனால் பல்வேறு இழப்புகள் நடக்கின்றன. நாட்டு வைத்திய முறையில் கைதேர்ந்த இவர்கள் நாட்டு மருந்துகளையும் முறையாக சாப்பிடுவதில்லை. பெரிய மருத்துவமனைக்கும், தனியார் மருத்துவமனைக்கும் சென்று வைத்தியம் பார்ப்பதற்குப் போதுமான பொருளாதாரம் அவர்களிடம் இல்லை எனவே அரசு மருத்துவ மனைதான் இவர்களின் ஒரே புகழிடம் ஆகும். அரசாங்கம் சிறப்பான கவனம் செலுத்தினால் அவர்களின் வாழ்வு நன்றாக இருக்கும்.

7.9 நிலப் பறிப்பு

வெளியில் உள்ள நபர்கள் அவர்களிடம் உள்ள நிலங்களை அபகரித்துக் கொள்கின்றனர். அவர்கள் சம்பாதித்து வாங்கும் சிறிய அளவிலான சொத்துகளையும் உடமைகளையும் ஏமாற்றுகின்றனர். போதிய விழிப்புணர்வு இன்மையால் இவ்வாறு நடைபெறுகின்றன. இருளர் குருவிபோல் சேர்த்து வைத்த நிலத்தை வெளியாள் அபகரிக்கின்றனர் அல்லது அரசாங்கம் இவர்களின் வாழ்விடத்தை விட்டு துரத்துகின்றது. சரியான சட்ட திட்டங்கள் இன்மையால் ஏமாற்றப்படுகின்றனர்.

7.10 வறுமை கடன் தொல்லை

வறுமையினாலும் கடன் தொல்லையினாலும் இருளர் மக்கள் அதிகம் பாதிக்கப்படுகின்றனர். பொதுவாக இருளர்கள் கடன் வாங்குபவர்களாக உள்ளனர். இவர்கள் வறுமையைப் போக்க வேறு வழி தெரியாமல் உள்ளனர். கந்து வட்டிக்காரர்களின் கொடுமை தாங்க முடியவில்லை ஒருமுறை வாங்கிய கடனுக்காக வாழ்நாள் முழுவதும் வேலை செய்து கொடுக்க வேண்டிய நிலையில் உள்ளனர். இதனால் செங்கல் சூளைகளில் வாழக்கூடிய சூழ்நிலை ஏற்படுகின்றது. மக்கள் பல்வேறு இன்னல்களுக்கு ஆளாக வேண்டிய நிலையில் உள்ளனர்.

7.11 குடியிருப்பு மனைகள் இல்லாமை

பெரும்பாலான இருளர்கள் அரசு புறம்போக்கு நிலத்தில் தான் வாழ்கின்றனர். சரியான குடியிருப்பு மனைகள் இல்லை. இதனால்தான்

அரசு இலவச வீடு கொடுத்தும் அதை கட்ட முடியாத நிலையில் உள்ளனர். நாடோடி வாழ்க்கை வாழ்வதால் அரசாங்கம் அவர்களுக்கு இடம் வழங்கத் திணறுகின்றது. தற்போது சொந்தமாக வீடு வைத்திருக்க ஆசைப்படுகின்றனர். ஆனால் பெறவும் முடியவில்லை.

7.12 அரசு திட்டங்கள் பற்றிய போதிய விழிப்புணர்வு இன்மை

அரசு பல ஆயிரம் கோடி அளவில் திட்டங்களைத் தீட்டுகின்றது இவை அனைத்தும் இருளர்களின் நன்மைக்காகவே ஆனால் இதன் பலன் மக்களிடம் சென்று சேரவே இல்லை. அரசின் சிறப்பு, கூட்டம் மற்றும் ஐந்தாண்டுத் திட்டம் போன்றவைகள் பல்வேறு திட்டங்கள் வகுக்கப்படுகின்றனர். இதனால் எவ்வித பலனும் இல்லாமல் இருக்கின்றனர். அரசு திட்டங்கள் சென்று அடைய போதிய விழிப்புணர்வு என்பது இல்லை, சலுகைகளைப் பற்றி தெரியாமலே உள்ளனர்.

7.13 இடம் பெயர்தல்

இருளர்கள் இடம் பெயர்தல் ஒரு நிலையான வாழ்வை நோக்கிச் செல்ல முடியாமல் இருக்கின்றனர். இவ்வாறு இடம் விட்டு இடம் நகர்வதால் இருளர் பண்பாட்டில் சீரழிவு ஏற்படுகின்றது. ஏதோ இவர்கள் செய்யும் வேலையின் பொருட்டு முதலாளிகள் தங்க வைக்கப்பட்டுள்ளனர். இவர்கள் மேல் பொய் வழக்கு போடுவதாலும் இவர்கள் இடம் மாற வேண்டிய நிலையில் உள்ளனர். பொய்வழக்கி னால் அவமானம் தாங்கமுடியாமல் வீட்டை காலி பண்ணக் கூடிய நிலையில் உள்ளனர். புதிய பணியின் நிமித்தமாகவும் வீட்டை காலி செய்கின்றனர். பொதுவாக கொத்தடிமைகளாக இருப்பதால் பருவகால வேலையின் நிமித்தமாக இடம் பெயர்கின்றனர். ஆதிக்க சாதியினர் இவர்களை சாதிப்பெயர் இனம் இட்டு அழைப்பதாலும், மிரட்டு வதாலும் ஊரை காலி பண்ண வேண்டிய நிலையில் உள்ளன.

7.14 போதிய சாலை வசதியின்மை

இது பொதுவாக அனைத்து கிராமங்களிலும் காணப்படக்கூடிய ஒன்றாகும். இவர்களின் கிராமங்களில் சரியான சாலை வசதி இன்மையால் திட்டுகள் போல் காட்சி அளிக்கின்றன. சாலைகள் ஊரையும் இருள காலனிகளை இணைக்க முடியாமல் இருக்கின்றனர். சாலைகள் இருந்தும் முறையாக செப்பனிடப்படவில்லை, இருளர் குடியிருப்புக்குச் செல்லும் சாலைகள் குண்டும், குழியுமாக உள்ளனர். இதனால் மக்கள் பெரும் பாதிப்புக்கு ஆளாகின்றனர்.

7.15 சாதிய ரீதியான கொடுமை

சாதிய ரீதியான கொடுமைகள் அதிகம் காணப்படுகின்றனர். இருளர் என்றால் இளிவார்கள் என்ற கருத்து ஆதிக்க சாதியினரிடம்

நிலவுகின்றது பொதுவாக இருளர்கள் வீட்டிற்குள் அனுமதிப்பது இல்லை, மற்றவர்களைப்போல் சரிசமமாக நடத்துவது இல்லை. பாரபட்சம் காட்டப்படுகின்றது. இதனால் மக்கள் பல்வேறு சிரமத்திற்கு ஆளாக வேண்டிய நிலையில் உள்ளனர். பழங்குடியின ருக்கு சலுகை இருந்தும் பலன் இல்லாமல் போய்விட்டது.

7.16 பாலியல் தொல்லை

பாலியல் ரீதியாக இருளர்களின் பெண் பெரும் பாதிக்கப்படு கின்றனர். இருள பெண்களுக்கு தான் இழக்கார மனோபாவம் கேள்வி கேப்பாடற்ற நிலையில் பெண்கள் வன்புணர்வு செய்கின்றனர். இருளர்கள் பெண்களின் கற்பு சூறையாடப்படுகின்றனர். இதனை தட்டிக் கேட்டால் அவர்கள் ஆதிக்க சாதி ஆதிக்க மனோபாவம் கொண்டவர்கள் தாக்குதல் நடத்துகின்றனர். சில நேரங்களில் காவல் நிலையங்களில் புகார் செய்தும் பலன் இல்லை. பலாத்காரம் செய்யப்பட்ட சொத்துக்கள் அபகரிக்கப்படுகின்றது.

7.17 வன உரிமைச் சட்டம்

காடுகள் அவர்களுக்குத் தான் என்பதை வன உரிமைச் சட்டம் 2006 உறுதிப்படுத்தியுள்ளது. வனத்தை காப்பதும் பயன்படுத்துவதும் இவர்களின் முக்கிய பங்கு ஆகும். இருளர்கள் பன்மைத் தன்மை கொண்டவர்களாகக் கருதப்படுகின்றனர். இருளர்கள் இருளை அகற்றும் சிறப்பு வாய்ந்தவர்களாவர். அதனை தலைமைத்துவமும் கொண்டவர் களாக உள்ளனர். சமவெளி இருளர்களிடம் இடப் பெயர்ச்சி செய்வதே அவர்களின் வளர்ச்சிக்கு தடையாக உள்ளது.

7.18 மது அருந்துதல்

இருளர் மக்களிடம் பொதுவாக மது அருந்தும் பழக்கம் இருக்கின்றது. ஆண்களும் சில பெண்களும் மது அருந்துகின்றனர். தங்களின் கடின உழைப்பு காரணமாக சோர்வைப் போக்க மது அருந்துவதாகக் கூறுகின்றனர். கூலி வேலை செய்யும் வரும் பணத்தில் சில பகுதிகளை குடிப்பதற்கே செலவிடுகின்றனர். இது வறுமை நிலைக்கு இட்டுச் செல்கின்றது.

மனிதர்கள் மது அருந்துவதால் அவர்களிடையே நல்ல ஆழ்ந்த தூக்கம் வரும் என்று நினைக்கிறார்கள். அது மட்டுமல்லாமல் அவர்கள் கவலைகள் மறந்து விடும் என்றும் நினைக்கிறார்கள். அது மிகவும் தவறு. நமது எண்ணங்கள் தான் ஒருவரை தீமையாகவும் ஒருவரை நல்லவராகவும் வெளிப்படுத்துகின்றது. இங்கிலாந்து நாட்டைச் சார்ந்த ஆல்பர்ட் என்ற ஆய்வாளர் எழுதியது என்ன வென்றால் மது அருந்துபவர்கள் தங்களுடைய சுயமரியாதையை இழக்கிறார்கள் என்று அவர் கூறி இருக்கிறார்.

✿

பகுதி - 8
இருளர்கள் சமுதாய மாற்றங்கள்

தாங்கள் என்னதான் படித்து உயர்ந்த நிலைக்குச் சென்றாலும் தங்கள் முன்னோர்களின் பண்பாட்டில் நிலையாக உள்ளனர் ஆனால் இன்று சில மாற்றங்கள் ஏற்பட்டுள்ளதைப் பார்க்கலாம். முக்கிய தங்கள் குழந்தைகளை கல்வியில் சேர்த்து படிக்க வைக்க வேண்டும் என்ற ஏக்கம் அவர்களிடத்தில் உள்ளது. இருளர்கள் தங்கள் இருப்பிடத்தை விட்டு வெளியேறக் கூடிய அவசியம் ஏற்பட்டுள்ளது. பொதுவாகவே எதற்கும் தயாராகி விட்ட நிலையில் உள்ளனர்.

நாளடைவில் நிலங்களில் பயிரிடும் முறையே மேற்கொண்டனர். நிலத்தில் முக்கியத்தை உணர்ந்து கொண்டனர். கால்நடைகளில் ஏற்படும் நன்மையை குறிக்கக் கொண்டு வளர்க்க ஆரம்பித்துள்ளனர். இன்று பல மாற்றங்கள் ஏற்பட்ட போதும் அவர்களின் சமூக தலைவர்களுக்கும் அதன் செயல்பாட்டிற்கும் செல்வாக்கு குறையவில்லை. தங்கள் உணவு, வாழ்க்கை நெறி, உடை வழிபாட்டு முறைகள், சடங்குகள் போன்றவற்றில் சில மாற்றங்கள் ஏற்பட்டுள்ளனர்.

சிதறி வாழ்ந்த இவர்கள் ஊர் குடியிருப்பு முறையையே பின்பற்றி கூட்டாக வாழ முற்பட்டுள்ளனர். ஊர்களின் பெயர்களை அவர்களாகவே கூட்டிக் கொண்டனர். பல அரசியல் படி நிலைகள் அவர்கள் இடத்தில் ஏற்பட்டுள்ளது. மைய அரசியலில் தங்களையும் இணைத்துக் கொண்டனர். மற்றவர்களைப் போல் நாமும் வாழ வேண்டும் என்ற மனோபாவம் உருவாகியுள்ளது.

நகர்புற வாழ்க்கை போல் எப்போது சீரியசாக யோசித்துக் கொண்டு இருப்பவர்கள் இல்லை இருளர்கள். தேவையற்ற மன உளைச்சலுக்கு உட்படாமல் சமூக மாற்றத்திற்கேற்ப தங்களை தகவமைத்துக் கொள்கின்றனர். முன்புபோல் இல்லாமல் தற்போது மற்றவர்கள் என்ன வேலை கொடுத்தாலும் அடி பணிந்து செய்யமாட்டார்கள். பிறரைச் சார்ந்து வாழாமல் இருக்க இருக்கின்றனர். இவர்களை தீண்டாமை பார்க்காமல் மற்றவர்கள் அனுமதிக்கின்றனர்.

இருளர்களுக்கு உதவ வேண்டும் என்ற கருத்து நிலவுகின்றது. 1945 ஆம் ஆண்டு தோன்றிய ஐக்கிய நாட்டுப்பேரவை உலகின்

தொன்மைக் குடிகளாக பழங்குடியினரைக் கருதி அக்கறையோடு பார்க்கப்பட்டது. இருளர்கள் தாங்கள் இருப்பிடங்களை விட்டு வெளியேறும் நிலை உள்ளது.

விவசாய தொழிலிலிருந்து சற்று விலகி இருக்கின்றனர். மருத்துவமுறையில் நிறைய மாற்றங்கள் ஏற்பட்டுள்ளது. மற்ற சமூகத்தைப் போல் அவர்களிடமும் குழு மோதல்கள் உருவாகின்றன. நவீன சமூகத்தின் அத்தனை விழுமியங்களையும் பின்பற்றுவதால் இருளர் என்ற தனித்துவம் மறைந்து போகும் நிலை உருவாகின்றது.

இருளர்களுக்கு உதவ வேண்டும் என்ற எண்ணமும் அவர்களின் வாழ்வு உயர வேண்டும் என்ற எண்ணமும் பல சிந்தனையாளர் களிடம் உருவாகியுள்ளது.

உலக அளவில் ஆண்டு தோன்றிய ஐக்கிய நாட்டுப் பேரவை உலகின் தொன்மைக் குடிமக்களின் வாழ்வுதாரங்களை உறுதிப்படுத்தும் விதமான பல்வேறு கவன ஈர்ப்பு இருளர் மக்கள் மேல் திருப்பப்பட்டது. உறுப்பு நாடுகளுக்கு பல்வேறு விதிகளை விதித்தனர். இதன் பலர் இவர்கள் வாழ்விலும் மேலோங்கியது ஆயினும் இவர்கள் சிதறடிக்கப்பட்ட சமூகமாக இருப்பதால் திட்டங்கள் நிறைவேற பல்வேறு தடங்கள் உள்ளன. இதனால் போதிய கல்வி அறிவின்மை யும் போதிய வேலை வாய்ப்புகளை அனுபவிக்க முடியாமல் திணறுகின்றனர். சராசரி மனிதனுக்கு கிடைக்கும் அத்தனை வாய்ப்புகளும் இருளர்களுக்கும் கிடைக்க வேண்டும்.

இருளர்கள் பிற இன மக்களுடன் இணைந்து வாழ முற்பட்டுள்ளனர். தனியாக இல்லாமல் மற்றவர்களோடு தொடர்பு வைத்துக் கொள்ளும் நிலைக்கு மாறியுள்ளனர். சமவெளிப் பகுதியில் உள்வர்கள் மற்றவர்களோடு தொடர்பு கொள்ளும் போதிய பல்வேறு மாற்றங்களை உணர்கின்றனர்.

மேலும் இன்று தொடர்பு கொள்ள வேண்டிய நிலைக்கு ஆட்பட்டுள்ளனர். இதனால் பல மாற்றங்கள் அவர்களின் வாழ்க்கை முறையில் ஏற்பட்டுள்ளது. இவர்களிடமும் சொத்து, பணம் இருப்பவன், இல்லாதவன் என்ற நிலை ஏற்பட்டுள்ளது. பொது சமூகத்தினிடம் உள்ள அனைத்து பண்புகளும் இவர்களிடம் உள்ளது. இன்று உள்ள கட்சி அமைப்புகளிலும் தலைமைத்துவ பண்புகளிலும் இருளர்கள் முக்கிய பங்கு வகிக்கின்றனர். இவர்களுக்கு நன் மதிப்பும் செல் வாக்கும் அதிகமாகிக் கொண்டே வருகின்றது. ஊராட்சி மன்றங்களில் இருள இளைஞர்களின் பங்கு மிக முக்கிய ஒன்றாகும். ஒரு வேலை உணவிற்காக கஷ்டப்பட்ட இவர்கள் ஓரளவு முன்னேறி உள்ளனர்.

தேயிலை தோட்டங்களிலும், காபித் தோட்டங்களிலும் இருளர் களே மேஸ்திரியாக உள்ளனர். இன்றைய வாழ்க்கை நிலையில் பல்வேறு மாற்றங்கள் நிகழ்ந்துள்ளன.

இன்று இருளர்களிடம் விவரம் தெரிந்தவர்கள் வசதி படைத்தவர் களாகவும் விவரம் தெரியாதவர்கள் வசதியற்றவர்களாகவும் உள்ளனர். கல்வி அறிவின்மை இப்பிரச்சினைக்குக் காரணமாகும். மற்றவர்களிடம் சென்று அவர்களிடம் கேட்க வேண்டிய நிலையில் அவர்கள் இல்லை. அவர்களிடையே பல மாற்றங்கள் நிகழ்ந்துள்ளன. சுதந்திரமாக ஏனோ தானோ என்று சுற்றித் திரிந்தவர்கள் பொறுப்புடன் ஓர் இடத்தில் நிலையாக வாழ ஆரம்பித்துள்ளன. இதுவே அவர்களிடம் ஏற்பட்டுள்ள சமூகப் புரட்சியாகும்.

இன்றும் பல்வேறு சிக்கல்களை சந்திக்க வேண்டிய நிலையில் உள்ளனர். தங்களுடைய உரிமையை பாதுகாக்கவும் இருப்பை நிலை நிறுத்தவும் தொடர்ந்து போராடி வருகின்றனர். உயிர் தியாகம் செய்யக் கூடிய நிலையில் உள்ளனர். பல்வேறு அமைப்புகள் இவர்களின் முன்னேற்றத்திற்காகப் போராடி வருகின்றனர்.

பல்வேறு திட்டங்கள் கொண்டு இதை அமல்படுத்த அரசிடம் சரியான திட்டம் இல்லை. பெண்கள் மீது தொடுக்கப்படும் பாலியல் ரீதியான வழக்கு கூட கையாள முடியாத நிலையில் அரசாங்கம் உள்ளது. பல்வேறு திட்டங்களில் பயனாளிகளாக இருளர்கள் மறுக்கப் படுகின்றனர். பழங்குடி மக்களுக்குச் சேர வேண்டிய நிலங்களும் சொத்துகளும் ஆதிக்க சக்திகளால் சூறையாடப்படுகின்றன இது இவர்களின் முன்னேற்றத்திற்கு பெரும் சவாலாக உள்ளது.

இருளர்களிடம் பல ஆயிரம் நிலங்கள் உள்ளன. ஆனால் அவை பயன்பாட்டில் இல்லை. கடந்த 10 ஆண்டுகளாக தங்களுக்கான முன்னேற்றத்தைத் தாங்களே தங்களுக்குள் ஏற்படுத்திக் கொண்டனர். பிறர் அவர்களை ஏமாற்ற முடியாது என்ற நிலை உருவாகியுள்ளது. இன்று பழமையான கலைகள் மருத்துவ தாவர சொந்தக்காரர்களாக இருப்பது அருமை. இன்றைய இருளர் முன்னேற்றங்களில் முக்கியமானதாகக் காணப்படுவது பெண் சுதந்திரம் ஆகும்.

இன்னும் பல இருள பெண்கள் இருள மக்கள் வாழும் காடுகளில் இருக்கின்றனர் என்பது உண்மையாகும். இருளர்கள் உரிமைகள் பொதுவாக மறுக்கப் பட்ட போதும் அதனைப் பேணுவதில் சிரத்தை காட்டுகின்றன.

இன்று பல்வேறு சமூக இயக்கங்கள் ஏற்பட்டுள்ளது. இருளர் களின் சமூக பொருளாதார முன்னேற்றத்தை இயக்கங்களும் தொண்டு நிறுவனங்களும் உறுதிபடுத்தப்படுகின்றனர்.

✿

துணை நின்ற நூல்கள் (Bibliography)

1. பக்தவத்சல பாரதி, **தமிழகப் பழங்குடிகள்.** அடையாளம் பதிப்பகம் திருச்சி 2013.
2. குணசேகரன், க. **இருளர்கள்: ஓர் அறிமுகம்.** கிழக்குப் பதிப்பகம் சென்னை 2008.
3. பெரியாழ்வார் ஆர். **இருளர் வாழ்வியல்.** தமிழ் நூலகம் சென்னை 1976.
4. இராசேந்திரன் **ம. மெக்சின்சி சுவடுகளில் தமிழகப் பழங்குடி மக்கள்** கணையாழிப் பதிப்பகம், சென்னை- 2003.
5. விழி பா.இதயவேந்தன், **இருளர் வாழ்வு இன்றும் இருளிலா?** தலித் முரசு சென்னை ஏப்ரல் 11, 2007.
6. நஞ்சப்பன் ந. **பழங்குடியினர் பண்பாடு** தமிழர் கண்ணோட்டம் செப்டம்பர் 21.09.2011.
7. பக்தவத்சலபாரதி, **இருளர் கருத்தரங்கம்,** லயோலா கல்லூரி சென்னை, 1.3.2014.
8. ஆர்.கிருஸ்துதாஸ்காந்தி இ.ஆ.ப. (ஓய்வு) **பழங்குடியினர்க் கெதிரான மனித உரிமைகளும் அதை மாற்றுவதற்கான பரிந்துரைகளும்,** பாலம் வெளியீடு சென்னை, 2012.
9. இயேசு சபை இருளர் பணி நிறுவனம், **பழங்குடி மக்கள் (இருளர்கள் பற்றிய கள ஆய்வுத் தொகுப்பு)** திண்டிவனம் நவம்பர் 2013.
10. Social watch of Tamilnadu *Adivasis in Tamilnadu,* ***Social Development Report 2000*** Chennai 2000.
11. Sinu. E & Udaya Mahadevan. M.A Social work Loyola College, Madras University. *Living conditions of Irula Tribes in Devathanampet village Ginge Taluk, Villupuram District, Tamilnadu. The Research Journal of* ***Social Science and Management Chennai*** www.academia.edu 2014. (Accessed on 21st July 2014)

12. Dr. A.K. Rajendren, Dr.Nagaram, Dr.Saravanakumar P. *A Study on the prevalence of under nutrition among the Irular Tribes adolescent girls Thiruvallur. International Journal of **Biological and Medical Research(IJBMR)**www.bipnedscidirect.com1534IChennaI* 2010 (Accessed on 5th March 2015)

13. Joeanna Rebello Fernandes "Irular: Slaves of Innocence" ***Times of India*** www.Timesofindia.indiatimes.com/chennai. Chennai July 1, 2014 (Accessed on 9th December 2015)

14. Bharathi Dhevi V.R and Dr. Bhooma Mani. *Demographic Profile of Selected Irular Tribes of Coimbatore District– Tamil Nadu International Journal of Scientific and Research Publication www.ijsrp.org*– January 2014. (Accessed on 12th August 2015)

15. Makkal Mandram Kanchipuram Tamilnadu A *report of the violent attack on Irular people in Thennerei Village **Sanhati.comarticle5159.*** June 19, 2012 (Accessed on 25th June 2015)

16. K.Gnanamoorthy PHD Research Scholar, Department of Economic, Presidency College Chennai. *Present Situation of Irular- A Primitive Tribe. **IOSR Journal of Economics and Finance (IOSR-JEF)** www.iosrj journal.org* Janu-Feb.2015 (Accessed on 16th December 2015)

17. Mary Angeline Santhosam.E and Umesh Samuel Jabaseelan *A study on the health status of elderly Irular tribe women in Kanchipuram district. IOSR Journal of **Humanities and Social Science.** www.losrjournaLorg Volume 7, Issue* 2 Jan- Feb 2013., (Accessed on 7th February 2015)